ஈழ நிலாவும் இந்து மரமும்

வெ. செல்லம்மாள் பூமிநாதன்

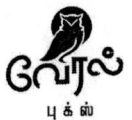

வேரல்
புக்ஸ்

வேரல்
புக்ஸ்

வேரல் புக்ஸ் வெளியீட்டு எண்: 78

ஈழ நிலாவும் இந்து மரமும் * வெ. செல்லம்மாள் பூமிநாதன் © * சிறுகதைகள் *
முதல் பதிப்பு: ஆகஸ்ட் 2023 * பக்கங்கள்: 90 *
வேரல் புக்ஸ் * 6, இரண்டாவது தளம், காவேரி தெரு, சாலிகிராமம், சென்னை - 600093 *
மின்னஞ்சல்: veralbooks2021@gmail. com * தொலைபேசி: 9578764322 *
அட்டை வடிவமைப்பு: லார்க் பாஸ்கரன் * லேஅவுட்: சந்தோஷ் கொளஞ்சி

Eezha Nilavum Indhu Maramum * V. Sellammal Boominadhan© * Shortstories *
First Edition: August 2023 * Pages: 90 *
Veral Books * No: 6, 2nd Floor, Kaveri Street, Saligramam, Chennai - 600093 *
Email ID: veralbooks2021@gmail. com * Phone: 9578764322 *
Wrapper Designed by: Lark Bhaskaran * Layout Designed by: Santhosh kolanji

Rs. 120

ISBN: 978-81-965289-1-1

உள்ளடக்கம்

1. இந்து இல்லாத சீனிவாசன் தெரு — 5
2. இந்துமரம் — 11
3. ஈழ நிலா — 19
4. என்னை வசீகரித்த பெண்ணின் உருவம் — 31
5. கோலிவுட் சினிமா — 39
6. சைவமும் அசைவமும் — 50
7. தூறலாய் அவ்வப்போது பொழிகிறாய் — 56
8. நந்தவனத்தில் அவர்கள் — 63
9. மழை நேரத்தில் ஒரு தேவதையைப் பிடித்தேன் — 71
10. ரகசியம் சொல்கிறான் — 83

இந்து இல்லாத சீனிவாசன் தெரு

அரவிந்த் வரைந்த ஓவியங்கள் இங்கொன்றும் அங்கொன்றுமாக சிதறி கிடந்தது. மூன்று நாட்களாக வரைந்தும் அவன் நினைத்த பெண்ணின் உருவத்தை அவனால் கொண்டு வர முடியவில்லை. இப்படி ஒரு சம்பவம் அவன் வாழ்நாளில் இதுவரை நிகழ்ந்ததே இல்லை!

மேற்கொண்டு அவனால் வரைய முடியவில்லை.? நொந்து போய்க்கொண்டிருந்தான்.

அவன் வரைந்து சுவரில் மாட்டியிருந்த அகிரா குரோசோவா அவனையே பார்த்துக் கொண்டிருந்தார். அரவிந்த் வரைந்த ஓவியங்கள் எல்லாம் அவனைப் பார்த்து கேலி பேசி சிரிப்பதாக அவன் உள் உணர்வு அவனுக்குக் கூறியது. அரவிந்த் அவமானத்தால் குறுகிக் கொண்டிருந்தான்.

மணி அதிகாலை ஐந்தைத் தொடும் தருவாயில் இருந்தது. அவன் கண்களை இறுக மூடி இருந்தான், அப்போது அவன் உயிருக்குள் கலக்கும் இசை! அவனுக்குள் சென்றது. கண்களைத் திறந்து பார்த்தான். அது புல்லாங்குழல் இசை. "யார் வாசிப்பது.?" என அங்கும் இங்கும் தேடினான். மேல் வீட்டின் மாடியில் இருந்து வருகிறது இசை. அதிகாலை நேரம் என்பதால் யாரும் தென்பட வில்லை.

அரவிந்த் உற்சாகமாகி கையில் தூரிகையைப் பிடித்து பச்சை நிற வண்ணத்தை எடுத்து, பச்சை நிற கண்களை வரைந்தான். அழகான கண்களாக அது உருப்பெற்றது! கருப்பு வண்ணத்தால் புருவங்களை வரைந்தான். அழகான தலை முடியை வரைந்தான். நெற்றியில் சாந்து பொட்டு வரைந்தான், அதையே கண்கள் விலகாமல் சிறிது நேரம் பார்த்துக்கொண்டிருந்தான்.

பிறகு அழகாய் காதுகளை வரைந்தான். காதுகளுக்கு சிறிய தோடை வரைந்தான். பிறகு ரோஸ் கலர் சுடிதார் வரைந்தான். வெள்ளையும் ரோஸ்கலரும், கலந்த அழகான துப்பட்டாவை வரைந்தான். அது அழகான பெண்ணின் ஓவியமாக உருப்பெற்றது.

அவன் நினைத்துப் பார்க்காத அழகான பெண்ணின் ஓவியம் அது! அரவிந்த் வியந்து போனான், அப்போது அந்த புல்லாங்குழல் இசை நின்று போனது.

அரவிந்துக்கு புல்லாங்குழல் இசை நின்று போனவுடன் வெறுமையாக இருந்தது. ஒரு நாளும் இல்லாமல் இன்று புதுசாக இருக்கிறதே! அந்த இசையோடு வாழ்நாள் முழுவதும் கலந்திருக்க வேண்டும் போல் இருந்தது அவனுக்கு.

அரவிந்த் ஆயில் பெயிண்டிங் அற்புதமாக வரையக்கூடியவன், அவன் பழங்குடியினரின் ஓவியங்களை தான் விரும்பி வரைவான். அவன் வரையும் ஓவியம் தனித் தன்மையாக இருக்கும்!

அன்று மதிய நேரம் நன்றாக உறங்கிக் கொண்டிருந்தான். மீண்டும் அந்த புல்லாங்குழல் இசைஅவன் உயிருக்குள் கலந்தது! ஸ்டைலாக தூரிகையை எடுத்து வண்ணத்தை தொட்டு வரைய ஆரம்பித்தான். அந்த புல்லாங்குழல் இசை இவனுக்குள் ஏ ஏதே தோ செய்யதொடங்கியது.

இப்போது அரவிந்த் ஓவியங்கள் அதிகமாக வரைந்து கொண்டிருக்கிறான்! அந்த ஓவியங்கள் அதிக அழகாக இருக்கிறது! அரவிந்துக்கு குழப்பம் “யார் இப்படி அழகாக புல்லாங்குழல் வாசிப்பது.? என்னை டிஸ்டர்ப் செய்வது.” என தனக்குள்ளே புலம்பிக்கொண்டான். அந்த அப்பார்ட்மெண்ட்டில் இவன் யாரிடமும் அதிகமாக பேசுவதில்லை, அவர்களிடம் கேட்க சங்கடப்பட்டான். ஆனால் காயத்ரி தினேஷோடு நன்றாக பேசுவான். ஆனால் அவர்கள் ஸ்கூலுக்கு போய் விட்டார்களே? எப்படி யாரிடம் கேட்பான்.

மாலை நேரம் வந்தது. அரவிந்த் டீ குடிப்பதற்காக வெளியே கிளம்பிக் கொண்டிருந்தான். வேஷ்டி சட்டையில் அழகாக இருந்தான். வீட்டைப் பூட்டி வீட்டு வெளியே வந்தான். அப்போது மேலே இருந்து ரோஜா பூக்களாக இவன் மீது கொட்டியது! மேலே அண்ணாந்து பார்த்தான். “ஆவென” ஆச்சரியத்துடன் கண்களை விரித்துப் பார்க்கிறான். “அந்த பெண்ணின் ஓவியத்தைப் போன்றே இருக்கிறாளே!” இவள் என வியந்து போனான். ஆம் அவன் வரைந்த பெண்ணின் ஓவியத்தைப் போலவே அவள் இருக்கிறாள்.

அவளும் அரவிந்தை கண்களை அகல விரித்துப் பார்க்கிறாள் "ஸாரி." என்றாள். மீண்டும் அவள் பேசுகிறாள் "கையில் இருந்து பூக்கூடை தவறி. உங்கள் மீது ரோஜா பூக்கள் கொட்டி விட்டது." என்கிறாள். இவன் விழிகள் அசையாமல் ஆச்சரியத்துடன் அவளைப் பார்க்கிறான்.

"ஐய்யோ புல்லாங்குழல் வாசிக்கிற இந்து அக்கா. அரவிந்த் அங்கிள் மீது ரோஸ கொட்டிட்டாங்க." என்று சொல்லிக்கொண்டு காயத்ரி குதித்து இங்கும் அங்கும் ஆடினாள். இந்து அரவிந்தை பார்த்து கண்களாலே மறுபடியும் "ஸாரி" கேட்டாள். இப்போது அவள் வீட்டிற்குள் போய்விட்டாள்.

அரவிந்த் ரகசியமாக தினேஷை அழைத்து கேட்கிறான் "யார் அந்த அக்கா.?" தினேசின் பதில் இது "அந்த அக்கா வா.? மேலே உள்ளவங்களுக்கு சொந்தக்காரங்க. தஞ்சாவூர், திருவையாத்துலேயிருந்து வந்துருக்காங்க. அவங்க மியூசிக் டீச்சர். பக்கத்துல உள்ள ஸ்கூல்ல மியூசிக் கிளாஸ் எடுக்க வந்துருக்காங்க." என்று சொல்லிவிட்டு தினேஷ் அங்கிருந்து நகர்ந்தான். அரவிந்த் ஆனந்தப் பட்டுக் கொண்டான். "கடவுளே அவள் புல்லாங்குழல் இசை, என் ஆயுசு முழுக்க கலந்திருக்க வேண்டும்." என்று வேண்டிக்கொண்டான்.

அந்த சீனிவாசன் தெருவே, அவள் புல்லாங்குழல் இசைக்கு மயங்கிக் கிடந்தது. புறாக்கள் அவள் இசைக்காக அவள் வீட்டு மாடியில் காத்துக் கிடந்தன, மரங்கள் அப்படியே அசையாமல் அவள் இசையை ரசித்துக் கொண்டிருந்தன. செடியில் பூத்திருக்கும் பூக்கள் அவள் இசையில் பரவசப்பட்டன!

அவள் புல்லாங்குழல் இசைக்காக, அரவிந்த் காத்துக் கிடக்கிறான். இந்துவின் புல்லாங்குழல் இசையில் அரவிந்த் வரைந்த ஓவியங்கள் அறை முழுவதும் சிதறிக்கிடக்கிறது. அரவிந்த் கனவுகளில் சஞ்சரிக்கிறான்.

அன்று அரவிந்துக்கு அதிகாலை மூன்று மணிக்கெல்லாம் விழிப்பு வந்து விட்டது. கதவைத் திறந்து வெளியே பார்த்தான். பனிப் பொழிவில் தெருவிளக்கு மங்கலாக இருந்தது. அரவிந்த் வீட்டிற்குள் வந்து ரிமோட் பட்டனை ஆன் செய்தான். சன் மியூசிக்

சேனலில் "ஒரு ஜீவன் அழைத்தது" பாடல் ஓடிக்கொண்டிருந்தது." இந்து"ஓவியம் இவனைப் பார்த்துச் சிரித்துக் கொண்டிருந்தது. அறை முழுவதும் குளிர்ச்சியாக இருந்தது. ஜன்னலைத் திறந்தான் மீண்டும் அந்த புல்லாங்குழல் இசை அவன் பரவசமானான். அவள் இசைப்பதை பார்த்துவிட நினைத்தான்.

அந்த கம்மிய அழகான இருட்டில் பக்கத்து வீட்டு மாடியில் இருந்து, இந்து வீட்டின் ஜன்னலைப் பார்த்தான். திரைச் சீலை மூடி இருந்தது. சோகமாக நின்று கொண்டிருந்தான். அப்போது ஒரு அழகான காற்று வேகமாக அடித்தது. திரைச் சீலை விலகியது. மெல்லிய விளக்கொளியில் தேவதையாய் அவள் புல்லாங்குழல் வாசித்துக் கொண்டிருக்கிறாள். அவன் அவளையே பார்த்துக் கொண்டு இருக்கிறான், அவன் மீது பட்டு பனித்துளிகள் சிதறுகிறது. அரவிந்த் மேலும் அதிசயமாய் இந்துவை பார்த்துக் கொண்டுஇருக்கிறான்.

பனிக்காலம் முடிந்து கோடைக்காலம் ஆரம்பமாகிற நேரம். மரங்களில் இலைகள் பளுப்படைந்து கொண்டிருக்கிறது. மாலை நேரங்களில் சிறுவர், சிறுமிகள் விளையாடிக் கொண்டிருக்கிறார்கள், அவர்களோடு தினேசும் காயத்திரியும் விளையாடிக் கொண்டிருக்கிறார்கள். அரவிந்த் அவர்களை பார்த்துக் கொண்டு இருக்கிறான். அதிசயமாக என்றைக்கும் இல்லாமல் இந்து செட்டில்கார்க் விளையாட வருகிறாள். விளையாடுகிறாள் வேகமாகவும் ஆக்ரோஷமாகவும் அவள் முகத்தில் முத்து முத்தாய் வியர்வைத் துளிகள் கொட்டுகிறது. அவளை எதிர்த்து விளையாடிய பாமினியைத் தோற்கச் செய்கிறாள்.

அவர்கள் விளையாடி முடித்து விட்டு, மாடிக்கு சென்று கொண்டிருக்கிறார்கள், அரவிந்த் அவர்களை பார்த்துக் கொண்டு இருக்கிறான், காயத்திரி கேட்கிறாள் இந்துவிடம் "என்ன அக்கா புதுசா விளையாட எல்லாம் வந்துருக்கீங்க.?" இந்து சொல்கிறாள் "உங்களை எல்லாம் நான் பிரியப் போகிறேன் இல்ல.? அதான். மே—30 ஊருக்கு போறேன். அம்மா அப்பா வரச் சொல்லிட்டாங்க. அங்கேயே மியூசிக் க்ளாஸ் எடுக்க போறேன்." இந்துவை அரவிந்த் சோகமாகப் பார்க்கிறான். அவர்கள் போய்விட்டார்கள்.

இந்து ஓவியத்தின் முன்பு அரவிந்த் சோகமாக அமர்ந்திருக்கிறான். பின்பு புலம்புகிறான் "நீ ஏன்.? என்னை விட்டு பிரிகிறாய். நீ பிரிந்தால். உன் புல்லாங்குழல் இசையும் என்னை விட்டுப் பிரியுமே!" அவன் கண்கள் கலங்குகிறது. "நீ இருக்கும் வரை வசந்தத்தை எனக்குக் கொடுக்கிறாய். நீ சென்ற பிறகு எதை எனக்குக் கொடுக்கப் போகிறாய்" என அவன் புலம்பிக்கொண்டு அப்படியே தூங்கிப் போனான்.

மங்கலாக லைட் எரிந்து கொண்டிருந்தது. அறை கொஞ்சம் இருட்டாகவே இருந்தது. அவன் வரைந்த ஓவியங்கள் இருட்டாகவும் மினு மினுப்பாகவும் தெரிந்தது. அரவிந்த் சுருண்டு படுத்திருந்தான். ஃபேன் வேகமாக ஓடிக்கொண்டிருந்தது.

இந்து புல்லாங்குழலை எடுத்து அவள் சிவந்த உதடுகளில் பதித்து வாசிக்கத் தொடங்கினாள். இசை மெதுவாக பரவுகிறது. அரவிந்த் காதுக்குள் சென்று, அவன் உயிருக்குள் கலக்கிறது. அவன் கண் விழிக்கிறான். தூரிகையை எடுக்கிறான். அவன் கை நடுங்குகிறது. தூரிகையால் பெயிண்டை தொடுகிறான். வரைகிறான் புல்லாங்குழல் இசை இப்போது வேகமாக பரவுகிறது. அவன் ஓவியத்துக்கு உயிர் கொடுத்து விட்டான். ஓவியம் அழகாக இருக்கிறது. புல்லாங்குழல் இசை அப்படியே மெதுவாக நின்றுவிட்டது.

ஒவ்வொரு நாட்களாக கடந்து. ஒன்றிரண்டு வாரங்கள் கடந்த பிறகு. இந்து ஊருக்கு போவதற்கான மே—30 வந்தது. அவள் அதிகாலையில் புல்லாங்குழல் இசைக்க வில்லை. அரவிந்த் அவள் இசையை கேட்காமல் மண்டை காய்ந்து போய் இருந்தான். அவளைப் பார்க்கணும் போல் இருந்தது அவனுக்கு, வெளியே குறுக்கும் நெடுக்குமாக அவள் வீட்டு மாடியையே பார்த்துக்கொண்டு நடந்துக் கொண்டிருந்தான். ஆனால் அவள் வெளியே வரவில்லை, அவளைப் பார்க்கவும் முடிய வில்லை.

மதிய வெயில் சுட்டெரித்துக் கொண்டிருந்தது. மரங்களில் இலைகள் எல்லாம், உதிர்ந்து போய் பட்ட மரங்களாக நின்று கொண்டிருந்தது. இந்துவை அரவிந்த் எதிர்பார்த்துக் காத்திருந்தான். ஆனால் அவள் வரவில்லை. அரவிந்துக்கு சாப்பிட பிடிக்கவில்லை. அவன் கண் இருட்டிக்கொண்டு வந்தது. பசி மயக்கத்தால்

அதையும் அரவிந்த் தாக்கு பிடித்துக்கொண்டு இந்துவைப் பார்க்க காத்திருந்தான்.

இரவு மணி பன்னிரண்டை கடந்தது, அவள் வரவில்லை. அன்று நடப்பதெல்லாம் அவனுக்கு துக்கமாக இருந்தது. மணி பன்னிரண்டு முப்பதை தாண்டிக் கொண்டிருந்தது. அவனுக்கு லேசாக கண் அசந்தது. அப்போது வெளியே கொலுசு சத்தம் கேட்டது. திரும்பி பார்த்தான்.

சூட்கேஸ்சுடன் இந்து வெளியே நின்று கொண்டிருந்தாள். அடுத்து அவள் அப்பா வந்தார். ஆட்டோவுக்காக அவர்கள் காத்திருந்தனர். அரவிந்த் வெளியே வந்து இந்துவையே பார்த்துக் கொண்டு நின்றான் சோகமாக. இந்து அரவிந்தை ஆச்சரியத்துடன் பார்த்தாள். ஆட்டோ வந்து நின்றது. இந்தும் அவள் தந்தையும் ஆட்டோவில் அமர்ந்தார்கள். ஆட்டோ டிரைவர் கிக்கரை ஸ்டார்ட் செய்தார் ஆட்டோ போனது. இந்து போய்விட்டாள். அரவிந்த் தலையில் கைவைத்து அங்கேயே உட்கார்ந்து விட்டான் வெறுமையில்.

மறுநாள் காலையில் அவளின் புல்லாங்குழல் இசை ஒலிக்க வில்லை. சீனிவாசன் தெருவே வெறுமையாக கிடந்தது. அரவிந்துக்கு பைத்தியம் பிடிப்பது போல் இருந்தது. அவன் வைத்திருந்த தூரிகை அவனை வெறுமையாக பார்த்தது! அவன் வரைந்த ஓவியங்கள் எல்லாம் களை இழந்து காணப்பட்டது. சீனிவாசன் தெரு அழகை இழந்து மங்கிக் கொண்டு வந்தது. இனி அரவிந்துக்கு சீனிவாசன் தெருவில் வாழ வழி இல்லை. இப்போது அரவிந்த் இந்துவின் முகவரியைத் தேடிக்கொண்டு இருக்கிறான்.

இந்துமரம்

“மச்சான் நீ எப்படியும் தமிழ் நாட்டு முதலமைச்சருகைகையாள விருது வாங்கிறணும். அதேன் ஏ. ஆச.! நேத்து தேன் தாய மங்கலத்து மாரியாத்தா கோயில்ல போய் முடி போடுறேன்னு நேந்துகிட்டு வந்தேன்.” என்று இந்துவின் நினைவு [*flash cut*]—டில் பாலமுருகனுக்கு வந்து போன போது? பாலமுருகனின் கண்கள் கலங்கியது.

சட்டென்று பிரேக்கை அழுத்தினான் பாலமுருகன். “கிரிச்” சென்று டாடா இண்டிகா நியூ மாடல் கார் புழுதிபறக்க நின்றது. காரில் அமர்ந்தபடி வலது பக்கம் திரும்பி பார்த்தான். இந்து மரம் அழகாக தெரிந்தது. காரில் இருந்து இறங்கி வந்து இந்து மரத்தின் அடியில் நின்றான். பின்பு உயரே பார்த்தான் . சிட்டு குருவிகள் “கீச், கீச்” சென்று அங்கும் இங்குமாக கிளைகளில் தாவி விளையாடிக் கொண்டு இருந்தன.

பாலமுருகன் புத்தகத்தை பிரித்து அதில் உள்ள எழுத்துக்களை பார்க்கும் போது, கண்களில் இருந்து சொட்டு சொட்டாக கண்ணீர்த் துளிகள் எழுத்துகளின் மீது விழுந்தது. புத்தகத்தை மடக்கி நெஞ்சோடு அணைத்துக் கொண்டு மல்லாக்க படுத்துக் கொண்டு, இந்து மரத்தை பார்த்தான். பழுத்த இலைகள் சில இவன் மீது விழுந்தது. கண்களை மூடி மூச்சை உள்ளே இழுத்து பின்பு வெளியே விட்டான். அது இந்து மரம் முழுவதும் பரவியது.

பாலமுருகன் பள்ளிக்கு சென்ற நாட்கள் அது. இவனே உலகம் என்று நினைத்து இந்து வாழ்ந்த அருமையான நாட்கள் அது.

“ஏத்தா இந்து அஞ்சாப்புதான் பாஸாயிட்டியே, இன்னும் ஆறாப்பு மானா மதுர பள்ளிக்கூடத்துல போய் சேராம. எங்ககூட களை(விவசாய வேலை) எடுக்க வந்துட்ட.?” என இருளாயி பேத்தியாள் கேட்டாள். அம்புட்டுதேன் இந்துவுக்கு கோவம் வந்துவிட்டது “இஞ்சரு அப்பத்தா. தமிழு எழுத படிக்க தெரிஞ்சா போதும். அரசலவு சாமா, சோப்பு கட்டி. அப்புறம் ஏ. மச்சான்காலேஜில போய் படிச்சாகனா. அவுகளுக்கு லவ்

லெட்டரு எழுத. அரசலவு சாமா சோப்பு கட்டி படிச்சு பார்த்து வாங்க தெரியும்.! ஏ. மச்சானுக்கு லவ் லெட்டரு எழுத தெரியும். ஏ. மாமங்காரவுக சாராயத்த குடிச்சுபுட்டு பொருப்புள்ளாம சுத்துறாக. அதேன். ஏ. மச்சானுக்கு நோட்டு புஸ்தகம் வாங்க. செலவுக்கு பணம் கொடுக்க களை எடுக்க வந்தேன்." என்றதும். அனைத்து பொண்டுகளும் வாயடைத்து பார்த்த காலம் அது.

பாலமுருகன் பள்ளிக்கு சென்று திரும்பி வரும் வழியில் தான் இந்து மரம் இருந்தது. இந்து மரத்தின் அடியில் அமர்ந்து கொண்டு தான், இந்து எப்போது பாலமுருகன் மச்சான் வரும் எனக் காத்திருப்பாள். அவன் வந்ததும் தூக்கு சட்டியில் கொண்டு வந்த மோரை ரோட்டாவில் ஊத்திக் கொடுப்பாள். பாலமுருகன் பைக் கூட்டை (புத்தகப்பை) தோளில் மாட்டிக் கொண்டு அவனோடு பேசிக்கொண்டே அவன் வீடு வந்து சேர்வாள். பாலமுருகனுக்கு கருவாட்டுக் குழம்பு வச்சுக் கொடுக்குமாறு அத்தையிடம் சண்டை போடுவாள் இந்து.

இந்து, பாலமுருகனுக்காக அந்த காட்டு மரத்தில் காத்திருப்பதால் காட்டு மரம் இந்து மரமானது. அவன் வர தாமதமானால் அந்த மரத்திடம் அழுது புலம்புவாள். தினமும் அவன் பள்ளிக்குப் போகும் போது ஐந்து ரூபாய் குடுத்து அனுப்புவாள். அவன் பதிலுக்கு இந்துவையே திரும்பி, திரும்பி பார்த்துக் கொண்டு நடந்து செல்வான். அது அவனுக்கு வசந்தத்தை ஏற்படுத்திய நாட்கள்.

நிலவு தோன்றும் அந்த அழகான மாலை நேரத்தில் சில்லுனு கம்மாயிலிருந்து காற்று வீசும். அந்த காற்று விஜயன்குடி கிராமம் முழுவதும் பரவிக் கிடக்கும். அப்பொழுதுதான் பெண்கள் எல்லாம் மொளக்கட்டு திண்ணையில் அமர்ந்து ஊர் பொரணி பேசுவார்கள். அன்னைக்கு அவர்களிடம் சிக்கியது இந்து தான். பட்டுகறை வச்ச ரோஸ்கலர் ஜாக்கெட்டும், அதே ரோஸ்கலரில் மேட்சிங்காக தாவணியும் பாவாடையும் அணிந்திருந்தாள். புலி மார்க் அரப்பு தூள் போட்டு தலை குளித்திருந்தாள். புலி மார்க் தூள் காற்றில் கலந்து அனைவரின் மூக்கு நாசியில் ஏறியது.

"ஏத்தா. இந்து நீ கல்லு வச்ச மூக்குத்தி எல்லாம் போட்டு செக்க சேவேறுனு. மதுர மீனாட்சி அம்மன் கணக்கா இருக்க.

ஆனா அந்த பாலமுருகா பய கருவா பயலாவ்ல இருக்கான். அம்புட்டு ஒண்ணும் சோடி பொருத்தம் நல்லா இல்லையே.? என வலையக்கா பேத்தியா கூறியதும் அம்புட்டுதேன் இந்துவுக்கு கோவம் வந்துருச்சு. தாவணிய இடுப்புல சொறுகிகிட்டு ரெண்டு கையையும் இடுப்புல வச்சுகிட்டு "ஏ. பேத்தியா பல்லுப்போன காலத்துல ஒனக்கு இந்த பேச்சல்லாம் தேவையா.? ஏ மச்சான் கருப்பா இருந்தாலும் நாலு கொமரிகள திரும்பி பாக்க வைக்கிற மாதிரி. புது நெறமா தேன் இருக்காக. நானே ஊருக்காட்டு கொமரிககிட்டல்லாம். ஏ. மச்சான பாத்தா பேச கூடாது. சிரிக்க கூடாதுனு சொல்லி வச்சுக்கிட்டு திரியிறேன். நீ என்னன்னா அம்புட்டு ஈஸியா. ஏ. மச்சான எலக்காரமா பேசிபுட்ட." என இருளாயி பேத்தியா (தாயின் தாய்) வோடு மல்லுக்கு நின்றாள்.

காலை நேரம் அது, பதினொரு மணி. இந்து வண்டக்காடுகளில் மேயவிட ஆடுகளை அவுத்துவிட்டுக் கொண்டு இருந்தாள். "ஏ அத்தாச்சி. என குரல் கேட்டது. திரும்பி பார்த்தாள் இந்து. சமுகம் கையில் புத்தகத்துடன் நின்று கொண்டிருந்தான். "ஏப்பு. கொழுந்தனாரே என்ன.? புத்தகத்தோட நின்னுகிட்டு இருக்கீக. என்ன, , ,? விசயம், ஒறைக்க கத்துனீக அத்தாச்சீனு." என கேட்டாள் இந்து. "அத்தாச்சி அண்னே எழுதுன கத, இந்த வார ஆனந்த விகடன் புத்தகத்துல வந்துருக்கு." என்றான் சமுகம். "இங்க கொண்டாங்கபு. ஆமா." என நெடு நேரமாக இந்து புத்தகத்தையே ஆசையாக பார்த்துக் கொண்டிருந்தாள்.

அதில் உள்ள எழுத்துக்களை தடவிப் பார்த்தாள். புத்தகத்தை எடுத்துக் கொண்டு ஊர் முழுக்க தண்டோரா போட்டாள். "ஏ. மச்சான் எழுதுன கதை புஸ்தகத்துல வந்துருக்கு." என. இந்து ஒரு வாரத்துக்கு சரியாக தூங்க வில்லை. யாரை பார்த்தாலும் இதே பேச்சுதான். சிலர் அவளுக்கு லூசு பிடித்து விட்டது என பேசிக் கொண்டார்கள். ஆமா சிறு வயது முதல் மச்சான் லூசு அவளுக்கு பிடித்திருப்பது அவர்களுக்கு எங்கு தெரிய போவுது.

வெயில் கொஞ்சம் குறைந்து கொண்டிருந்த மாலை நேரம். தூரத்தில் வயக்காடுகளில் ஆடு மாடுகள் மேய்ந்து கொண்டிருந்தன. மருதங்கூர் போய் வாங்கிட்டு வந்த டொரிணோ கலருடன் பாலமுருகனை எதிர் பார்த்து காத்திருந்தாள் இந்து. இந்து

மரம் அவளுக்கு மேலே உயரே அடர்ந்து படர்ந்திருந்தது. ஒத்தப் பனை ஸ்டாப்பில் பாண்டியன் 12—ம் நம்பர் பஸ் நின்று போவது தெரிந்தது. காட்டு கறுவை மரங்களை கடந்து வந்து கொண்டிருந்தான் பாலமுருகன். அவன் அருகே வந்ததும் டொரிணோகலர் மூடியை பல்லால் கடித்து அவனிடம் நீட்டினாள்இந்து. பாதி குடித்துவிட்டு இந்துவுக்கு கொடுத்தான். அவள் “வேணாம் மச்சான். நீ நைட்டு ரெம்ப நேரம் படிச்சிட்டு, அப்புறம் கதை எழுதுவ. எல்லாத்தையும் நீயே குடிச்சாதானே தெம்பா கதை எழுத முடியும்.” என்றாள் இந்து. அவன் அவளையே ஆச்சரியமாக பார்த்தான். “என்ன மச்சான் அப்புடி பாக்குறீக.? நீங்க நல்லாயிருந்தா தானே. நான் நல்லாயிருப்பேன்.” என கெட்கம் கலந்த பாசத்தோடு சொன்னாள் இந்து. பாலமுருகனுக்கு கண்கள் கலங்கியது. அப்போது இவர்களை கடந்து நாரை கூட்டம் ஒன்று அழகாக வேகமாக போய் கொண்டிருந்தது. அவனோடு பேசிக்கொண்டே அருகில் இருந்த “கேப்பைக் கறுதை” புடுங்கி நசுக்கி தின்று கொண்டே வந்தாள்.

அன்று ஞாயிற்றுக்கிழமை பாலமுருகன் கதை எழுதுவதற்காக பள்ளிக்கூடம் பக்கமுள்ள அரசமரத்திற்கு போய் கொண்டு இருந்தான். தூரத்தில் இந்து வருவது தெரிந்தது. “ஏ. மச்சான் எங்க போறீங்க.? நா. ஊரணிக்கு தண்ணி மோக்க போறேன். பொழுது வேற சாய போவுது எனக்கு பயந்து கெடக்கு. கொஞ்சம் நீங்க தொணைக்கு வாங்க.” என இந்து குடத்தின் முகப்பை தடவிக் கொண்டே கேட்டாள் “நீ போத்த பொறவுட்டே வர்றேன்.” என்றான் பாலமுருகன். “இங்க பாருங்க மச்சான் வர வர. அயித்த பேசுறதே சரியில்ல. வீம்புக்குனே பேசுறாக எனக்கு பயந்து கெடக்கு. என்னைய உங்களுக்கு கட்டி வைக்க மாட்டாகளாம். நானும் பாக்குறேன் எவள கட்டி வைக்கிறாகனு. அப்புறம் அவ்வுளவுதேன் மச்சான். சிறு வாள அருவாள தீட்டிக்கிட்டு நிப்பேன். நெஞ்சகத்துல நெனச்சிக்கிட்டு திரியிறாகளாக்கும். நக நட்ட வாங்கிகிட்டு எவளயாச்சும் கட்டியாந்து வச்சுறலாம்னு. அது இந்த இந்து மறத்தி இருக்குற வரைக்கும் நடக்காது மச்சான். ஒரு வேளை அப்படி நடந்துச்சு ஒரு மொளம் கயித்த போட்டு நான்டுக்கிட்டு நின்றுவேன்.” என்றாள் ஆவேசமாக இந்து. “இப்ப எதுக்கு இப்புடில்லாம் பேசுற யாரு.? பொண்ணு பாத்தா

என்ன.? தாலி நான் கட்டணும்ல, இங்க பாரு இந்து உன்னைய தவர இந்த உலகத்துல யாரையும் கட்ட மாட்டேன்." இந்து ஓடி வந்து பாலமுருகனின் தோளில் சாய்ந்து கொண்டாள். இந்து ஊரணியில் தண்ணீர் பிடித்து இடுப்பில் வைத்துக் கொண்டு வந்தாள். பாலமுருகனும் பின் தொடர்ந்து நடந்து வந்து கொண்டிருந்தான். அப்போது பொழுது இருட்டியது. பறவைகள் அதுகளின் கூட்டை நோக்கி விரைவாக பறந்து கொண்டிருந்தன.

பொழுது விடிந்த மற்றொரு நாளில், இந்து வியர்க்க விறுவிறுக்க நடந்து வந்து கொண்டிருந்தாள் "ஏப்பு சமுகம். மச்சான பாத்திகளா.? நானும் இந்த கடவு பூறாம் தேடுறேன். ஒரு நெக்குலையும் காணமே.? எங்க போயிருப்பாக." என்றாள். "அத்தாச்சி நீங்க உக்காந்துருப்பிகள்ள அந்த மரத்துலதான் அண்ணே உக்காந்து கதை எழுதிக்கிட்டு இருக்கு." என்றான் சமுகம். இவள் வேகமாக இந்து மரத்தை நோக்கி நடக்க ஆரம்பித்தாள்.

ஆடுகள் மேய்ந்து கொண்டு இருந்தது. தூரத்தில் மானா மதுரைக்கு செல்லும் பஸ்சின் சத்தம் கேட்டுக்கொண்டிருந்தது. காற்றில் இந்துவின் தலை மயிர்கள் இங்கொன்றும் அங்கொன்றுமாகப் பறந்து கொண்டுவந்தது. பனைமரத்தில் ஏறி நான்கு சிறுவர்கள் நுங்கை வெட்டி தின்று கொண்டிருந்தார்கள். கதை எழுதிக் கொண்டிருந்த பாலமுருகன் இந்துவை பார்த்தான். இந்துவும் பார்த்தாள். இருவருக்கும் இந்துமரம் நிழலை தந்து கொண்டிருந்தது. "ஏ. மச்சான் இந்தா இந்த துன்னூர எடுத்து நெத்தியில வச்சுக்க. கொங்கையா கோயில் துன்னூரு, அப்புடியே அந்த குங்குமத்த எடுத்து ஏ. நெத்தியில வையி. என்ன அப்புடி பாக்குறீக.? வைக்க மாட்டீங்களாக்கும். என்னைக்கோ வைக்கப்போறத இன்னைக்கு வச்சா என்ன. ?" "என்னத்த புத்தி கெட்டு பேசுறீயா.? கையையும் காலையும் கட்டி பருத்தி காட்டுல போட்டுருவேன்." என்றான் பாலமுருகன் கோபமாக. "ஆத்தாடி மருகுறாகளே. நான் சும்மா வெளையாட்டுக்கு சொன்னேன்." என்றாள் இந்து. இருவரும் சில்லோடையாக பார்த்துக்கொண்டனர். பின்பு இருவரும் சிரித்தனர். அப்படியே இந்து முகம் உறுதியாக மாறியது.

அவள் சிறிது நேரம் அமைதியாக இருந்தாள். பாலமுருகன் பிரமிப்போடு இந்துவையே பார்த்தான். இந்துவின் கண்கள் கலங்கியிருந்தன. "மச்சான். நீ எப்படியும் தமிழ்நாட்டு முதலச்சருக கையாள விருது வாங்கிறனும் அதேன் ஏ. ஆச.! நேத்து தேன் தாயமங்கலத்து மாரியாத்தா கோயில்ல போய் முடி போடுறேன்னு நேந்துக்கிட்டு வந்தேன்." அவன் எழுதிய கதையை வாங்கி படித்து பார்த்தாள். "அய்யா நல்லாருக்கு மச்சான்." என்றாள். பாலமுருகன் இந்துவை பார்த்தான். வெயில் உக்கிரமாக அடித்தது. "இரு மச்சான் நா போயி வெள்ளிரிக்கா பிடிங்கிட்டு வர்றேன். வெயிலுக்கு திங்கலாம் ஒடம்புக்கு நல்லது." இந்து பிஞ்சு வெள்ளரிகளாக பிடுங்கினாள். அதை மடியில் கட்டிக்கொண்டு வந்தாள். இந்து கொண்டு வந்த வெள்ளிரிக்காயை இருவரும் சாப்பிட்டார்கள்.

அதன் பிறகு கால மாற்றங்கள். பாலமுருகன் கல்லூரிப்படிப்பை எட்டியிருந்தான். அவனுடைய கதைகள் ஒன்றிரண்டு வார இதழ்களில் பிரசுரமாயிருந்தது. சுத்தியுள்ள கிராமங்களில் அவனுக்கு நல்ல பெயர் கிடைத்தது, அவ்வப்போது கல்லூரிகளில் நடக்கும் கதைப் போட்டிகளில் வெற்றி பெற்று பரிசும் வாங்கிக்கொண்டு வந்தான். இந்துவுக்கு மச்சான் புகழ் பாடுவதிலேயே காலம் போய் கொண்டு இருந்தது.

ஊர் அய்யனார் கோயில் திருவிழா நெருங்கிக் கொண்டிருந்த ஒரு நாளில். வழக்கம் போல் பால முருகனை பார்க்க இருளாயி பேத்தியா வீட்டை கடந்து போகும் போது, '"அடியே இந்து இங்க வாடி." இருளாயி பேத்தியாவின் சத்தம் வேகமாக கேட்டது. "என்ன.? நா ஒரு சோலியா போறேன். என்னய எதுக்கு கூப்புடுற." என்றாள் இந்து. "இங்க வாடி வெவறங்க கெட்ட வெருவா கெட்டவளே. மச்சான் மச்சான்னு. நீ உறுகி போய் கெடக்க. ஆனா ஒ அயித்தகாரிக்கு அதெல்லாம் முக்கியமா தெரியல. மாங்குடி செல்லச்சாமி தேவர்மகள போயி பொண்ணு பாத்துட்டு வந்துருக்காளாம். ஒ மச்சன்காரனுக்கு கெட்ட, சேதி கேட்டு ஊரு சனமே விக்கித்து போய் நிக்கிதுடி." இருளாயி பேத்தியா சொன்னதை கேட்டு இந்து துடித்துப் போனாள்.

நேராக பாலமுருகன் வீட்டு முன்பு நின்று கொண்டு "மச்சான். மச்சான்." எனக் கூப்பிட்டாள். வீட்டில் இருந்து அத்தை மேகலா

வெளியே வந்தாள். "ஏத்தா அவன கூப்பிட்டுகிட்டு கெடக்க. அவெ எளையாங்குடி போயிருக்கான். இனிமே ஓயாம அவென பாக்க வீட்டுக்கு வராதத்தா, எனக்கு என்னமோ இது நல்லாத் தெரியல. அவனுக்கு கல்யாணம் பேசி முடிச்சிருக்கோம். செல்லச்சாமித் தேவர் மக புடிச்சிருக்குத்தா. பதினஞ்சு பவென் நக போடுறேன்னு சொல்லிருக்காக. அவெ வாழ்க்க நல்லாயிருக்கணும். இஞ்சருத்தா ஒ. நொப்பன்டேயும் நோத்தாட்டயும் சொல்லிட்டு வந்துட்டேன். ஒ மனசுல எதுவும் ஆசய வளத்துக்கிட்டு தெரியாதத்தா. அவனுக்கு கல்யாணம் முடிஞ்சதும் ஒரு பெரிய கத ஆசிரியர் வேல தர்றேன்னு சொல்லிருக்காக. அவெ பொண்டாட்டிய கூட்டிக்கிட்டு மெட்ராசு போயிருவான். அவன லேசு லேசா மறக்கபாரு." என்றாள் அத்தை.

இந்து எதுவும் பேசாமல் அழுது கொண்டே வீட்டில் வந்து படுத்துக் கொண்டாள். அவள் தொடர்ந்து அழுது கொண்டே இருந்தாள். வீட்டிற்கு வெளியே காற்று வேகமாக அடித்தது. அவள் தாய் அமுர்தம் பேசுவது இந்துவுக்கு தெளிவாக கேட்டது ". மச்சான் மச்சான்னு சுத்திக்கிட்டு தெரிஞ்சா வெறுவாக்கட்ட சிறுக்கி. ஒரு பத்தாப்பு வரைக்கும் படிக்க சொன்னேன் கேட்டாளா.? மச்சான படிக்க வைக்கணும், நா களை எடுக்க போறேன்னு. பரதேசம் போனா, இன்னைக்கு அவுககுடும்பம் நிமுந்துருச்சு. ஏ. குடும்பம் நொடுஞ்சு போச்சு அதேன் சாதி ஜனம் வேணா சொந்த பந்தம் வேணாம்னு. அன்னியந்துல போயி, ஏ கூட பொறந்த நொண்ணே பொண்டாட்டி பேச்ச கேட்டுக்கிட்டு சம்பந்தம் பண்ண போறாக.? இந்த நாயத்த யாரு கேப்பாக. நாதியத்து போயி கெடக்கேனே, ஏ. மகளுக்கென்ன மதுர மீனாட்சி மாறி செக்க செவேருனு அழகாதானே இருக்கா. இந்த சீமையில அவளுக்கொரு மாப்ள இல்லாமையா போயிரும்." இந்த பேச்சுகளெல்லாம் இந்துவின் காதில் விழுந்துகொண்டே இருந்தது.

அம்மாவின் சத்தம் கொஞ்சம் கொஞ்சமாக நின்று போனது. அப்போது ஒருமணிக்கு மேல் இருக்கும். இந்து மெதுவாக எழுந்திருச்சு ஆடு கட்டும் கயிறை எடுத்துக்கொண்டாள். மெதுவாக கதவைத் திறந்தவள் வெளியே பார்த்தாள். கயித்துக் கட்டிலில் அப்பா பெரியசாமி தேவர் சாராய போதையில் நன்றாக உறங்கி கொண்டிருந்தார். அந்த விஜயன்குடி கிராமமே அமைதியாக

இருந்தது. நேராக இந்து மரம் நோக்கி நடந்தாள். விடிஞ்சும் விடியாமலும் செங்க மங்கலாக இருந்தது. பக்கத்தூருக்கு பால் ஊத்தப் போன பால்ச்சாமி கோனார்தான், மொத மொத அந்த துயரத்த பாத்தாரு. அப்புடியே பதறிப்போயி சைக்கிள அங்கனக்குள்ளயே போட்டுபுட்டு ஓட்டமும் நடையுமாக ஊருக்குள்ள வந்து சொன்னாரு. ஊரு சனமே அழுது புலம்புச்சு. ஊருக்குள்ள அதுக்கு அப்புறம் சிரிப்பு சத்தமே கேக்கல அந்த மரத்துல நான்டுகிட்டு தொங்குனப்ப கூட இந்து சிரிச்ச மொகத்தோட தான் இருந்துச்சு.

பாலமுருகனுக்கு அன்னையோட எல்லாம் முடிஞ்சு போச்சு. ஊரு சனமெல்லாம் எவ்வளவோ சமாதானம் செஞ்சும் அவன சமாதானப்படுத்த முடியல. இந்து மரத்துலயே கெடந்து அழுதுகிட்டு கெடந்தான். இவன் அழுவுற சத்தம் ரவக்கி “இந்து. இந்து.” ன்னு ஊர் சனத்துக்கு கேட்கும். இந்து மரத்த எல்லாம் கவலையோட பாத்துக்கிட்டு போனாக.

அன்னைக்கு ஊரவிட்டு போன பாலமுருகன் இன்னைக்குதான் வந்துருக்கான். இந்து ஆசப்பட்ட மாதிரி அவனோட “இந்து என்றொரு சாசு” நாவலுக்கு சிறந்த நாவல் என தமிழக முதலமைச்சர் அவர் கையால விருது கொடுத்துருக்காரு. விருது வாங்குனவன் நேரா இந்து மரத்துக்கு வந்துட்டான். அவன் ஊருக்குள்ள போகல யாரையும் பாக்கல, இவனுக்கு யாரும் தேவை இல்லன்னு முடிவு பண்ணிட்டான் அப்பவே.

பாலமுருகன் இப்போது கண்களைத் திறந்து பார்த்தான். இந்து மரம் சிரித்துக் கொண்டிருப்பதைப் போன்று அழகாக இருந்தன. தூரத்தில் ஆடு மாடுகள் மேய்ந்து கொண்டு இருந்தது. மூன்று சைக்கிள்களில் சிறுவர்கள் போய்க் கொண்டிருந்தார்கள். புத்தகத்தை மறுபடி பாலமுருகன் பார்த்தான். அவன் கண்கள் கலங்கியது. அப்போது காற்று வேகமாக அடித்தது. பாலமுருகன் மேலே இந்து மரத்தைப் பார்த்தான், மரத்தில் இருந்து இவன் மீது பூக்களாகக் கொட்டியது.

ஈழ நிலா

கார்த்திக்கு லேசாக மயக்கமாக இருந்தது, அவனுடைய பாஸ் போர்ட் விசாவையெல்லாம் விமானநிலைய அதிகாரிகள் சரி பார்த்துவிட்டு விமானநிலையத்துக்கு வெளியே செல்ல அவனை அனுமதித்தனர், அதுவரை அவனுக்கு வியர்த்துக் கொண்டே இருந்தது. அது இலங்கை கொழும்பு விமானநிலையம். கார்த்தி அவன் உயிரைத் தேடிவந்திருக்கிறான் ! அந்த உயிர் ஒரு ஈழத்து அழகிய தேவதை.

கார்த்தி போக வேண்டிய இடம் யாழ்ப்பாணம், இங்கிருந்து ஏறத்தாழ முன்னூத்தி இருபது கிமீ. போக வேண்டும், அவனுக்கு ஒன்றுமே புரியவில்லை? ஆனால் அவளை கண்டுபிடித்து விடலாம் என அசைக்க முடியாத நம்பிக்கை மட்டும் கார்த்திக்கு இருந்தது ! அவன் கண்களுக்குள் அவள் நிழலாடினாள்.! அவளை ஒரு போதும் இவனால் மறக்க முடியாது. இலங்கை ஒன்றும் சென்னையைப் போல் பரபரப்பாக இல்லை. வாகனங்கள் சீரான இடைவெளியில் சென்று கொண்டிருந்தது. "இரண்டு நாட்களுக்குள் எப்படியும் அவளை கண்டிபிடித்து விடலாம்" என மனதில் நினைத்துக் கொண்டான்.

இரண்டு கார்களுக்கு இடையே புகுந்து ஒரு ஹோட்டலை அடைந்தான். ஹோட்டலில் அவ்வளவாக கூட்டம் இல்லை ! ஒரு சிலர் மட்டும் சாப்பிட்டுக் கொண்டிருந்தனர், அவர்களின் பேச்சில் சிங்கள நெடி. கார்த்தி தனியாக ஒரு டேபிளில் அமர்ந்து கொண்டான், அவனுக்கு எதிரே இருந்த இளம் பெண்களெல்லாம் அவளைப் போன்றே தெரிந்தார்கள் ! கார்த்தி அவளை நினைக்க தொடங்கினான்(flashback)

(fadein)சாலிகிராமம் காவேரித்தெருவுக்குள் அப்போது தான் அவளைப் பார்க்கிறான்.இவன் வீட்டின் எதிர் மாடியில் சிறுவன் தமிழ்ச்செல்வன் வீட்டிற்கு வந்திருக்கிறாள். தமிழ்ச் செல்வனிடம் விசாரித்த பொழுது "எங்கள் உறவுக்கார பெண் எனக்கு அக்கா முறை வேண்டும், இலங்கையில் சண்டை நடக்கிறது. வயசுப்

பெண்கள் நிம்மதியாக இருக்க முடியாது, அதுனால அவங்க அப்பா, அம்மா எங்க வீட்டுக்கு அனுப்பி வச்சிருக்காங்க. சண்டை முடிஞ்ச உடனே அந்த அக்கா போயிருவாங்க அண்ணா" என்றான்.

கார்த்தி கூட புத்தகத்தில் படித்திருக்கிறான், வயசு பெண்களை புலிகள் இயக்கத்தில் சேர்த்துக் கொள்வார்கள் என்றும், சிங்கள இராணுவத்தினர் மானபங்கப்படுத்திக் கொலை செய்து விடுவார்கள் என்றும். அதனால் அவள் மேல் இவனுக்கு மரியாதை கலந்த அன்பு ஏற்பட்டது. தெரு குழாயில் அவள் தண்ணீர் பிடிக்க வருவாள், கார்த்தி ரகசியமாக இரும்பு "கிரில்" கேட் வழியாக மறைந்து கொண்டு அவளை பார்ப்பான். அவள் அவன் அருகே செல்லும் போது "லக்ஸ்" சோப்பின் வாடையும், அவள் உடையில் இருந்து "சன்லைட்" உப்பு சோப்பு வாடையும் அடிக்கும், அநேகமாக சன்லைட் அவங்க ஊர் உப்பு சோப்பு என்று நினைக்கிறேன். மஞ்சள் நிற காகிதத்தால் ஆன சோப்பு. அவள் ஜன்னல் வழியே தூக்கி எறியும்போது பார்த்திருக்கிறேன். தலை முடி சன்சில்க் ஷாம்பு போட்டு குளித்து அழகாக இருக்கும்! இரண்டு காதுகளிலும் அவள் சிறிய கல்கள் பதித்த தோடுகள் அணிந்திருந்தாள்! பான்ஸ் பவுடர் வாடை அவள் மீது அடிக்கும். அவள் அழகாக இருப்பாள்! குடும்பப் பாங்கான முகம்! குட்டை பாவாடை சட்டை போட்டிருப்பாள், நெற்றியில் திருநிறு பூசி இருப்பாள். தண்ணீர் குடத்தை இடுப்பில் வைத்துக்கொண்டு மெல்ல அழகாக நடந்து போவாள். அவளை வித விதமாக படம் பிடிக்க வேண்டும் போல் இருக்கும் கார்த்திக்கு. இவன் அவளை பார்ப்பது அவளுக்கு தெரியும்! கார்த்தி வாஞ்சையுடன் அவளை பார்ப்பதை ஒரு போதும் அவள் தடுக்கவில்லை, மாறாக ரசித்தாள்! அவளை பார்ப்பதற்கு அவள் அனுமதி கொடுத்தாள். கார்த்தி துள்ளிக் குதித்தான்!

நாட்கள் செல்லச்செல்ல அவள் கார்த்தியை பார்த்து சிரிக்க தொடங்கினாள். கார்த்திக்கு சந்தோஷமாக இருந்தது. கார்த்தி எடுத்த புகைப்படங்களை ஏதாவது ஒரு அரங்கத்தில் ஷோ வைக்கலாம் என்று தான் நினைத்திருந்தான், ஆனால் அவளை தன் வீட்டிற்கு அழைப்பதற்காகவும் அவளோடு பேசுவதற்காகவும் தன் வீட்டிலேயே புகைப்பட ஷோவை வைத்தான் கார்த்தி.

வீட்டை நன்கு அலங்கரித்து, தன் உதவியாளன் மணியோடு போட்டோக்களை அருமையாக பார்ப்பதற்கு வரிசைப்படுத்தியிருந்தான். காலையில் ஸ்டில் போட்டோ கிராபர் பிரகாசம் வந்து ஷோவை ஆரம்பித்து வைத்துவிட்டு சென்றார். அதன் பிறகு தொகுதி MLA, VIP—க்கள், நண்பர்கள் என அனைவரும் வாழ்த்தி பேசிவிட்டு சென்றார்கள். பிறகு கேமரா மேன் சந்தோஷ் பார்த்து விட்டு கார்த்தியை வெகுவாக பாராட்டிவிட்டு சென்றார்! கார்த்திக்கு மிகவும் சந்தோஷமாக இருந்தது.

அன்றைய பொழுதில் கார்த்தி கூட ஒரு பத்து பேர்கள் இருந்து கொண்டே இருந்தனர். கார்த்தியின் அப்பாவும், அம்மாவும் அவனை வெகுவாக பாராட்டினர்! அவன் தங்கை சித்ராவுக்கு அது பொறாமையாக இருந்தது. இடையிடையே கார்த்தி எதிர் வீட்டு மாடியையே பார்த்துக் கொண்டே இருந்தான்! அவள் மாடியில் இருந்து கார்த்தியை பார்த்துக்கொண்டே இருந்தாள். அப்போது இயக்குனர் முருகன் ஒரு பத்து உதவிஇயக்குனரோடு வந்தார். அவரை வரவேற்க்கையிலும், அவளை கார்த்தி பார்க்க தவறவில்லை! அவர்கள் எல்லோரும் பார்த்துவிட்டு, புகைப்படங்களை “பெஸ்டிவலுக்கு” அனுப்பச் சொல்லிவிட்டு சென்றார்கள். கார்த்திக்கு அன்று நல்ல பெயர் கிடைத்தது.

மாலை நேரமானது. அவள் வீட்டிற்கு கீழே வந்தாள். கார்த்தி அவளை பார்த்தான், அவளும் இவனை பார்த்துக் கொண்டு நின்றாள்! தமிழ்ச்செல்வனை விட்டு வீட்டுக்கு கூட்டிவரச் சொன்னான். கேட்டை திறந்து வீட்டிற்குள் நின்று கொண்டு இருந்தாள், கார்த்தி அவளையே பார்த்துக்கொண்டு நின்றான். கார்த்தி அவளை பார்ப்பதை கண்டு அவளுக்கு இடது கண் புருவம் வெட்கத்தால் சுருங்கியது! “வீட்ல யாரும் இல்ல. அப்பாவும் அம்மாவும் கோயிலுக்கு போய்ட்டாங்க, சித்ரா கம்ப்யூட்டர் கிளாஸ் போய்ட்டா” என்று அவள் முகத்தை பார்த்தான், அவள் அமைதியாக தலை குனிந்து கொண்டு இருந்தாள். தமிழ்ச்செல்வனை அழைத்து இருபது ரூபாய் கொடுத்து, இரண்டு “ஐஸ் கிரீம்” வாங்கி வரச்சொல்லி அனுப்பி வைத்தான் “இப்ப நாம ரெண்டு பேரும் தனியா இருக்கோம் இல்ல.? அழகான புகைப்படங்களுக்கு மத்தியில. ஒரு ஈழ நிலாவோடு இருக்கிறது,

மனசுக்கு அப்புடியே ஜில்லிப்பா இருக்கு! சரி உங்க பேர் என்ன.?" அவள் "இந்து"என்கிறாள்.

அவள் சொன்ன வார்த்தை ஒவ்வொரு புகைப்படத்தின் மீதும் பட்டு எதிரொலிக்கிறது! இந்து மெதுவாக நகர்கிறாள்! ஒவ்வொரு புகைப்படமாக பார்த்து ரசிக்கிறாள். கார்த்தி அவளை ரசித்துக்கொண்டு அவள் பின்னே சென்று கொண்டு இருக்கிறான். அவர்கள் இருவரும் புகைப்படங்களுக்கு மத்தியில் நிற்பது அவ்வளவு ரசிப்பு தன்மையாக இருக்கிறது! இந்து துப்பட்டாவை தோளில் போட்டிருப்பதே, சென்னை பெண்களில் இருந்து மாறுபட்டு இருந்தாள். அவள் பின்னே செல்லச்செல்ல கார்த்திக்கு சுவாரஸ்யம் கூடிக்கொண்டே சென்றது.

இந்து புகைப்படங்களை எல்லாம் பார்த்துவிட்டு, வாசல் அருகே வந்தாள். "உங்கள எனக்கு பிடிச்சிருக்கு.! உங்களுக்கு. ?" என்றான். அவள் சில்லோடையாக சிரித்து விட்டு அமைதியாக இருந்தாள்.? "சரி புடிச்சிருக்குன்னு நினைச்சிக்கிறேன், உங்கள நான் கல்யாணம் பண்ணிக்கிறேங்க! சத்தியமாங்க." டக்குன்னு கை பிடிச்சி ஓகே பண்ணிறனுங்க, இல்லனா கழட்டிவிட்டுட்டு போய்ட்டீங்கன்ன.? என அவளின் கைகளை இறுக பற்றிக்கொண்டான். இந்து "கைகளை விடுங்கள் விரல்கள் வலிக்கிறது.?" என கையை அவனிடம் இருந்து விடுவித்துக் கொண்டாள்.

இருவருமே அருகருகே தனித்தனியாக நின்று கொண்டு இருக்கும் போது, கார்த்தி ஒரு வெள்ளைத் துண்டு பேப்பரில் "கார்த்தி, இந்து"என ஜோடியாக எழுதி கதவில் ஓட்டினான். இந்து அதை பார்த்து ரசிக்கிறாள், பின்பு கார்த்தியின் சட்டை பாக்கெட்டில் இருந்த பேனாவை எடுத்து "சரி"என்று டிக் செய்து விட்டு இந்து சிரித்து விட்டு போகிறாள். கார்த்தி "நன்றிங்க"என்கிறான். இந்து ''யாருக்கு"என்கிறாள். கார்த்தி "உங்களையும் என்னையும் சேர்த்து வைத்த தெய்வமொழி தமிழுக்கு"என்கிறான். இந்து வீட்டிற்குள் வந்து தனக்கு பிடித்த ஆடு மேய்க்கும் பெண்ணின் புகைப்படத்தை எடுத்து செல்கிறாள், அப்போது அவளின் பார்வை கூர்மையாகி கார்த்தியை பார்த்து "உன்னை அதிகம் நம்புகிறேன்"என்பது போல் இருந்தது, அவளின் பார்வை. இந்து மாடி ஏறிச்சென்று வீட்டிற்குள் போகும்வரை அவளையே பார்த்துக் கொண்டு நின்றான் கார்த்தி.

அன்று இரவு கார்த்திக்கு தூக்கம் வரவில்லை? மங்கலாக எரிந்து கொண்டிருக்கும் லைட் வெளிச்சத்தில் புரண்டு, புரண்டு படுத்துக்கொண்டிருந்தான். கார்த்தியின் உள் மனம் அவனுக்குள்ளேயே பேசியது. "இந்து அழகியே நீ ஒரு ஈழத் தமிழச்சி. உன்னை நான் திருமணம் செய்து கொள்வது, நான் தமிழனாக பிறந்ததற்கு பாக்கியம் பெறுவேன்! தமிழ் வாழ்க கடல் கடந்திருக்கும் தமிழர்கள் அனைவரும் வாழ்க! தமிழ் ஈழம் வாழ்க" அவனின் உள் மனப் பேச்சுகளினுடே அப்படியே தூங்கிப் போனான்.

காலை ஆறு முப்பது மணி இருக்கும். "டெலிபோன் மணி" அடித்தது. எடுத்து காதில் வைத்தான், எதிர்முனையில் விலங்குகள் நல வாரிய அதிகாரி மாணிக்கம் பேசினார். "விலங்குகளை புகைப்படம் எடுக்க நீங்கள் உடனே ஊட்டி வர வேண்டும்" என்றார். கார்த்தி கிளம்புவதற்கு முன்பு எதிர் வீட்டு மாடியை பார்த்தான், இந்து இன்னும் எழுந்திருக்கவே இல்லை. கார்த்தி இந்துவை பார்க்காத சோகத்தில் வெறுமையில் சோகமாக கிளம்பிப் போனான்.

ஒரு வாரத்திற்குப் பிறகு. கார்த்தி திரும்பி வீடு வருகையில் இந்துவை காணவில்லை? இந்துவுக்காக ஊட்டியில் இருந்து பலவண்ண அழகழகான ஒரு கொத்து ரோஜாப்பூக்களை வாங்கி வந்திருந்தான். கார்த்தி தமிழ்ச்செல்வனை அழைத்து கேட்ட போது, இந்து இலங்கைக்கு போய் விட்டதாக சொன்னான். "எதற்காக"என்று கார்த்தி கேட்டான். தமிழ்ச்செல்வன் "இந்து அக்கா, அப்பா சிங்கள இராணுவம் வீசிய குண்டு வீச்சில் காயம் அடைந்திருப்பதால், இந்து அக்கா போய் விட்டதாக" சொன்னான். "வேறு எதுவும் சொல்லலையா.?" என கேட்டான், தமிழ்ச்செல்வன் "உங்களை கேட்டார்கள்.? தெரியலைன்னு சொல்லிட்டேன், போகும் போது அழுதுகிட்டே போனாங்க.?" என்று சொன்னான். கார்த்தி துடித்துப் போனான். அன்று இரவு துன்பத்தில் வெகுநேரம் தூங்காமல் விழித்திருந்தான்.

மறுதினம் காலையில் எழுந்திருக்கையில் வீடு முழுக்க வேற்று ஆட்கள் இருந்தனர்? கார்த்தி "என்ன"என்று சித்ராவிடம் விசாரித்த போது. சித்திரா "நங்கநல்லூரில் இருந்து உன்னை பார்க்க பெண்

வீட்டிலிருந்து வந்திருக்கிறார்கள்" என்று சொன்னாள். கார்த்தி துடித்துப் போனான், அவர்கள் போகும் வரை அமைதியாக இருந்து விட்டு, பின்பு கத்த ஆரம்பித்துவிட்டான் "உங்க மனசு கஷ்டப்படும்படி என்னைக்காச்சும் நான் நடந்துருக்கேனா.? நீங்க மட்டும் ஏன்.? இப்படி நடந்துக்கிறீங்க.? என்னால என் மனசுக்கு துரோகம் பண்ண முடியாது! நான் எதுத்தவீட்டு மாடியில, தமிழ்ச்செல்வன் வீட்டில் தங்கியிருந்த சிலோன் தமிழ்பெண் இந்துவை காதலிக்குறேன். அவளை தான் கல்யாணம் பண்ணிக்குவேன், இல்லை என்றால், செத்துப் போய் விடுவேன்! அவள் இல்லாத வாழ்க்கை எனக்கு தேவை இல்லை!" அவர்கள் ஒன்றும் சொல்லவில்லை கலைந்து போனார்கள்! அப்போது ஒரு காகம் வெளியே கத்திக்கொண்டிருந்தது.

ஒரு வாரம் கார்த்தி யாரிடமும் பேசவில்லை! தெருக்குழாயை போய் பார்த்தான், பைப்பின் கைப்பிடியில் "உன்னையும் அவனையும் பிரிகிறேன் சாரி" என்று எழுதியிருந்த வாசகத்தை பார்த்து கார்த்தியின் கண்கள் கலங்கிப் போனது. சேவிங் செய்யாததால் தாடி மயிர்கள் சிறு, சிறு முடிகளாக வெளியே நீட்டிக்கொண்டு தெரிந்தது. வீட்டில் கார்த்தி அமைதியாக இருந்தான். தோளில் யாரோ கை வைப்பது போல் இருந்தது திரும்பி பார்த்தான். சித்ரா சிரித்துக் கொண்டே "அண்ணா அண்ணியை போய் கூட்டிவா" என்றாள். திரும்பி அம்மாவையும் அப்பாவையும் பார்த்த போது அவர்கள் சிரித்துக்கொண்டு நின்றார்கள். *(fade out)*

சப்ளையர் தண்ணீர் கிளாசை "டம்" என்று டேபிளில் வைத்த போது கார்த்திக்கு நினைவு கலைந்தது. கண்களை இறுக மூடித்திறந்து தலையை ஆட்டிக்கொண்டான். திரும்பி அருகே இருந்த மெனு கார்டை பார்த்த போது நம்ம ஊர் உணவாக எதுவும் இல்லை! இடது பக்கம் பார்த்தான், ஏதோ சேமியாவை கிண்டி உப்புமா போல படம் போட்டிருந்தது, அந்த படத்தை சப்ளையரிடம் காட்டி வாங்கி சாப்பிட்டுவிட்டு அங்கிருந்து இந்துவை பார்க்கும் அவசரத்தில் கிளம்பினான்.

கார்த்தி யாழ்ப்பாணம் செல்ல—அரசு C. T. B பேருந்தில் ஏறிக்கொண்டான். பேருந்து வேகமாக செல்கிறது, கண்டக்டரிடம்

பணத்தை கொடுத்து பயணச்சீட்டை பெற்றுக்கொண்டான். பேருந்தில் சக்தி F. M—பாடுகிறது. பேருந்து இருபுறமும் ஆக்ஸ் போர்ட் கார்களும், அம்பாசிடர் கார்களும் இன்னும் சில கனரக வாகனகளும் வேகமாக பறந்து சென்றன. யாழ்ப்பாணம் செல்ல ஏறத்தாழ பன்னிரண்டு மணி நேரம் ஆகும். தமிழ்ச்செல்வன் கொடுத்த போன் நம்பர்களையும், முகவரிகளையும் சரிபார்த்துக் கொண்டான். இந்துவை நினைத்து அப்படியே தூங்கிப்போனான்.

யாழ்ப்பாணம் வந்தது. பேருந்தில் இருந்து இறங்கிக்கொண்டு, கஸ்தூரியார் வீதி வழியாக வந்த போது சூப்பர் கப் மோட்டார் சைக்கிளில் இருவர் வேகமாக போய்க்கொண்டிருந்தனர். வீதியெங்கும் பூவரசு மரம் அடர்ந்து வளர்ந்திருந்தது! யாழ்ப்பாணம் ஒரு மாவட்டம், அவன் செல்ல வேண்டியது "சுன்னாகம்" அங்கு தான் இந்துவின் வீடு இருக்கிறது. "அவள் எப்படி இருப்பாளோ? தந்தை காயமடைந்த துக்கத்தில் இருப்பாள். ஒரு வேளை அந்த நேரத்தில் கூட என்னை நினைப்பாளா? நிச்சயமாக நினைப்பாள்!" என்று கார்த்தி மனதில் நினைத்துக்கொண்டே சென்றான். அந்த வழியாக "லுமலா"சைக்கிளில் ஒருவர் சரம்(லுங்கி) மேல்சட்டை அணிந்து கொண்டு வேகமாக சென்றார்.

கார்த்தி ஒரு வழியாக ஓமந்தை சோதனைச் சாவடிக்கு வந்த போது, சிங்கள இராணுவத்தினர் கார்த்தியின் கடவுச்சீட்டினை சோதனை செய்தார்கள். அவர்கள் ஓரளவுக்கு தமிழ் பேசினார்கள். கார்த்தி வைத்திருந்த கேமராவை அவர்கள் பிடுங்கி வைத்துக் கொண்டார்கள். உள்ளே கொண்டு செல்ல அனுமதிக்கவில்லை "எதற்காக வந்துருக்கிறீர்கள்?" என்று கேட்டனர். கார்த்தி "என் உறவினரை அழைத்து செல்ல"என்று கூறினான். சிங்கள இராணுவத்தினர் அதை கேட்டு நக்கலாக சிரித்துவிட்டு மீண்டும் ஒருமுறை அவனை சோதனை செய்துவிட்டு கார்த்தியை உள்ளே அனுமதித்தனர். அவனுக்கு பயமாக இருந்தது. அந்த கருப்பு நிற சிங்கள இராணுவக்காரன் மீது கார்த்திக்கு கோபம் ஏற்பட்டது, சோதனை செய்யும் போது வன்முறையாக நடந்து கொண்டான், அதை காட்டிக் கொள்ளாமல் அங்கிருந்து நகர்ந்தான். ஒரு தொலை பேசி கடையில் இந்துவின் சன்டல் தொலை பேசி என்னைச் சுழற்றினான். போன் ஒன்றும் வேலை செய்யவில்லை. கடுப்பாகி அங்கிருந்து நகர்ந்தான்.

ஊர் அழகாக இருந்தது வீடுகள் தனித்தனியாக இருந்தது. சிறுவர் சிறுமிகள் கிளித்தட்டும், துடுப்பாட்டம் விளையாட்டும் விளையாடிக் கொண்டிருந்தனர். ஓமந்தை பகுதி சிங்கள இராணுவத்துக்கு கட்டுப்பட்ட பகுதி அவர்கள் கண்காணிப்பிலேயே தமிழர்கள் அடிமையை போல் வாழ்ந்து வந்தார்கள். எதிரே வந்த அறுபது வயது மதிக்கத்தக்க பெரியவரிடம் கார்த்தி கேட்டான் “சுன்னாகம் எப்படி போறது அய்யா ?” அவர் படபடப்பில் பேசினார் “தம்பி நீங்கள் திரும்பி போய் விடுங்கள். அங்கு கடுமையான சண்டை நடக்கிறது. புலிகளுக்கும் சிங்கள இராணுவத்துக்கும், மக்கள் யாரும் அங்கு வசிக்கவில்லை” என்றார். அவர் சொன்னதை கார்த்தி கேட்கவில்லை, “இந்து இல்லாமல் தமிழ்நாடு திரும்புவதில்லை”என முடிவு செய்து கொண்டான். அப்போது குளிர்ச்சியான காற்று வீசிக்கொண்டிருந்தது ! புறாக்கள் அதிகமாக பறந்து சென்று கொண்டிருந்தன.

கார்த்தி வாடகை காரை அமர்த்தி சுன்னாகம் வந்து சேர்ந்தான். சுன்னாகத்தில் மின்சார சபை இருந்தது, அதனால் அந்த ஊர் பிரபலமாக இருந்தது. மரங்கள் நீர் நிலைகள் நிறைந்த சோலையாக இருந்தது. சண்டை நடப்பதால் ஊர் வெறிச்சோடி கிடந்தது. மக்கள் அதிகமாக இல்லை, குறிப்பாக இளைஞர்கள், இளம்பெண்களை சுத்தமாக காணவில்லை. வயதான கிழவன், கிழவிகளே வீடுகளை காத்துக்கொண்டு கிடந்தனர். வீட்டு வாசலில் உட்கார்ந்திருந்த வயதான கிழவியிடம் கார்த்தி கேட்டான் “பாட்டி பொன்னுத்துரை வீடு எங்க இருக்கு ?” “பொன்னுத்துரை குண்டுவெடிப்பில் காயமடைந்து, அவர் மனைவியின் அண்ணன் செல்லையா வீட்டில் இருக்கிறார்” என்றாள் பாட்டி. கார்த்தி “அப்ப அவர் மனைவி மகள் எல்லாம் எங்க இருக்காங்க. ?” பாட்டி “திலகவதியும், இந்துவும் அவர் கூட நீர் வேலியில் தான் இருக்காங்க” என்றாள். கிழவி தன் நரைத்த தலை முடிக்கு “டை” அடித்திருந்தது. கிழவியின் வீட்டை சுற்றி அழகாகப் பூச்செடிகள் இருந்தது. எக்ஸ் சோரா, கனகாம்பரை ரோஜா செடிகளும் அதில் அழகான மலர்களும் இருந்தது ! வானில் மேகங்கள் திட்டு திட்டாக அழகாக இருந்தது “இந்துவை கரம் பிடிக்க பீரங்கி குண்டையும் மார்பில் வாங்கிக்கொள்வேன்” என்று கார்த்தி மனதில் உறுதி எடுத்துக்கொண்டே நடந்தான்.

ஒரு வீட்டில் யாழ் FM—மில்லிருந்து பிரபாகரனை பற்றி செய்தியை பரபரப்பாக ஒரு பெண் நிருபர் வாசித்துக் கொண்டிருந்தாள். நீர் வேலிக்கு நடந்தே தான் செல்ல வேண்டும், சண்டை நடப்பதால் போக்குவரத்தை நிறுத்தி விட்டார்கள். நீர் வேலியை நோக்கி கார்த்தி நடந்தான். வழியில் முருகன் கோயில் சாமி கும்பிட ஆள் இல்லாமல் பூட்டி கிடந்தது.

வழி நெடுக பலா, நாவல், முருங்கை மரங்கள் அடர்ந்து வளர்ந்திருந்தது. சிங்கள இராணுவத்தினர் ஜீப் வண்டியில் வேகமாக வெறிபிடித்த நாயைப் போன்று போய்க்கொண்டு இருந்தனர். கார்த்தியை சிங்கள இராணுவத்தினர் வழி மறித்து ஆங்காங்கே சோதனையும் செய்தனர். நீர் வேலி அழகாக இருந்தது.! புகைப்படம் எடுக்க விரும்பினான் கையில்தான் கேமிரா இல்லையே விசும்பிக் கொண்டான். துூர தொலைவில் குண்டு வெடிப்பது கேட்டது, வேகமாக நடக்க ஆரம்பித்தான். நீர் வேலியும் வெறிச்சோடி கிடந்தது ஆட்கள் அவ்வளவாக இல்லை. புலிகள் ஊடுருவியதாக தகவல்! ஹீரோ ஹோண்டா மோட்டார் சைக்கிளில் ஒருவன் மிரண்டு போய்க்கொண்டு இருந்தான். செல்லையா வீட்டை அடைந்த போது, வீட்டில் யாரும் இல்லை! மீண்டும் கார்த்தி நடக்க தொடங்கினான்.

செம்மணி வீதி வழியாக போன நடுத்தர வயதுக்காரரை வழி மறித்து கேட்டான். அவர் “எல்லோரும் பாதுகாப்பான இடங்களுக்கு சென்று விட்டனர், நானும் அங்கு தான் செல்கிறேன்”என்றார். கார்த்தி “செல்லையா வீட்டுக்காரர்கள் எங்கே.?” என்று அதிர்ச்சியுடன் கேட்டான்.” செல்லையா தன் தங்கை திலகவதி குடும்பத்துடன் யாழ் வேம்படி மகளிர் உயர்தரப்பாட சாலையில் தங்கியிருக்கிறார்” என்றார். கார்த்திக்கு சந்தோஷம் தாங்க முடியவில்லை! பரவசப்படுகிறான், அவன் நினைவில் இந்து மயிலிறகால் அவனை வருடுகிறாள். இந்துவையும் அவள் அப்பா, அம்மாவையும் அழைத்துக்கொண்டு சென்னை போவது என முடிவு செய்தான். கார்த்தி தூரத்தில் மலைகள் தெரியத் தொடங்கியது.

கார்த்தி வேகமாக நடக்கத் தொடங்கினான். காற்று குளிர்ச்சியாக வீசிக்கொண்டு இருந்தது! “போனவுடன்

இந்து கையைப் பிடித்து வருடலாம்” என கார்த்தி நினைத்துக்கொண்டான்! அவளை நினைக்கும் போது குளிர்ச்சியாக இருந்தது கார்த்திக்கு, அந்த இடங்களெங்கும் பெயர் தெரியாத காட்டு செடிகள் பரவிக்கிடக்கிறது! மேகங்கள் பின்னோக்கி சென்று கொண்டு இருந்தது. அந்த வழியே வந்தவரை மடக்கி “யாழ் வேம்படி பள்ளிகூடத்துக்கு எப்படி போகலாம்”என்று கார்த்தி தெரிந்து கொண்டான்.

கார்த்தி சென்று கொண்டிருந்த கிழக்கு திசையில் புழுதி மண்டலமாக கிளம்பியது! அது கரும்புகையை கக்கிக்கொண்டு, மேலே மேலே சென்று கொண்டிருந்தது. சிங்கள இராணுவத்தினர் வேகமாக ஜீப்களில் போய்க்கொண்டிருந்தனர். “குண்டு வெடித்து விட்டது” என கார்த்தி நினைத்துக் கொண்டான். அந்த இடம் போர்க்கள அமைதியாகவும், பரபரப்பாகவும் காணப்பட்டது. இந்துவை பார்க்க அவசரப்பட்டான் கார்த்தி. அழகான புறாக்கள் “பட பட” வென பயந்து இறக்கையை அடித்துக்கொண்டு பறந்தன.

கார்த்திக்கு கண் எரிச்சலாக இருந்தது, கண் மங்கலாக தெரிந்தது பார்க்கும் இடமெல்லாம், ஒரே புழுதி மண்டலம்! காக்கைகள் கத்திக்கொண்டு பதறிக்கொண்டு பறந்தன. நாய்கள் குரைத்துக் கொண்டே பள்ளங்களில் பதுங்கிக்கொண்டன! ஆடு மாடுகள் பயந்து போய் அருகில் இருந்த புதர்களில் ஒண்டின. மக்கள் ஆளுக்கொரு பக்கமாக ஓடினார்கள். வானில் கழுகு கூட்டங்கள் தரையை பார்த்துக் கொண்டே பறந்தன. கார்த்தி அவன் கேமராவில் பதிவு செய்யாத கட்சிகளாக இருந்தது! கார்த்தி கடவுளிடம் வேண்டிக்கொண்டான். “இந்து தனக்கு கிடைக்க வேண்டும்”என, யுத்த களத்தை இங்கே தான் பார்க்கிறான்!

மேற்கு திசையில் சிங்கள இராணுவத்தினர் துப்பாக்கி ஏந்தியபடி செல்கிறார்கள். கடைசியாக மோட்டார் சைக்கிளில் சென்ற இரு சிங்கள இராணுவ வீரர்களை விடுதலைப்புலிகள் சுட்டு வீழ்த்தினர். கார்த்திக்கு குலை நடுங்கியது. வானில் போர் விமானங்கள் குண்டை வீசியபடி வேகமாக பறந்து சென்றன.

குறுகலான அந்த ரோட்டில் கார்த்திக்கு எதிரே வயதான பெரியவர் ஒருவர் மேல்சட்டை இல்லாமல், அடிப்பட்ட சிறுவனை தூக்கிக்கொண்டு ஓடிவருகிறார். கார்த்தி அவரிடம் கேட்டான்

“அய்யா இங்க தமிழர்கள் தங்கி இருக்கிற பள்ளிக்கூடம் எங்க இருக்கு?” . “தம்பி நீங்கள் தமிழ்நாடா.? உங்கள் தமிழ்நாட்டு தலைவர்களுக்கு எங்கள் அழுகுரல் கேட்க்கிறதா இல்லையா.? அவர்களுக்கு ஈழத்தமிழர்கள் கத்துவதும் கதைப்பதும் என்று தான் கேட்டது.? வழக்கம்போல மைக்கில் பொதுக்கூட்டங்களில் பேசிக்கொண்டே இருக்க சொல்லுங்கள். தமிழனாக இந்நாட்டில் நாங்கள் பிறந்து மடிந்து போவது போதும், நீங்கள் ஏன் மடிந்து போக இங்கு வருகிறீர்கள்.? யாழ் வேம்படி பாடசாலையில் குண்டு வெடித்து விட்டது. பாதிப்பேருக்கு மேல் மடிந்து போய் விட்டார்கள்! பாதிப்பேருக்கு கை கால்கள் எல்லாம் போய்விட்டது!” அவர் சொல்லிக்கொண்டே வேகமாக ஓடுகிறார்.

கார்த்தி உடம்பில் உள்ள அனைத்து சக்திகளையும் பயன்படுத்தி படுவேகமாக ஓடுகிறான் “கடவுளே என் இந்துவை எனக்கு கொடுத்துவிடு” என கார்த்தி கத்திக் கொண்டு ஓடுகிறான். மேலே ஹெலிகாப்டர் பறந்து சென்று கொண்டிருந்தது! கார்த்தியின் கண்கள் கலங்கிக் கொண்டே வந்தது. மூச்சு இரைத்தது. வேர்வையால் சட்டை முழுவதும் நனைந்திருந்தது. தள்ளு வண்டியில் இருவர் மடிந்து போன உடல்களை தள்ளிக்கொண்டு போனார்கள். கார்த்திக்கு தலை சுத்தியது! தொண்டை அடைத்து கொண்டது.

கார்த்தியின் கண் எதிரே பள்ளிக்கூடம் நொறுங்கிக் கிடந்தது. மரண ஓலங்கள் முனகல்கள் கேட்டது. மடிந்து போன உடல்கள் இடையே இந்துவை தேடினான்! அவள் கிடைக்கவில்லை. கால் ஒடிந்த சிறுவன் ஒருவன் “அண்ணா காப்பாற்றுங்கள், காப்பாற்றுங்கள்”என கத்துகிறான். வயதான முதியவரின் தலை சிதைந்த நிலையில் கிடக்கிறது. ஒரு பெண்ணை தாண்டி செல்லும் போது அவள் உடம்பில் இருந்து வழிந்த உதிரம் கார்த்தியின் சர்ட்டில் ஒட்டிக் கொண்டது, அந்த இடம் எங்கும் குறுதி வாடை வீசியது. அந்த சடலங்களுக்கிடையே இளம் பெண்களும் செத்து கிடந்தார்கள்! சிங்கள இராணுவத்தினர் பெரிதாக அலட்டிக் கொள்ளவில்லை! அவர்களுக்கு துக்கமாகவும் தெரியவில்லை! ஆளுக்கொரு புறமாக நின்று பேசிக்கொண்டிருந்தனர்.

கார்த்திக்கு ரத்தம் கொதித்தது, கோபம் தலைக்கேறியது, ஆத்திரத்தை அடக்கிக் கொண்டு கிழக்கு திசை நோக்கி தேடினான். தூரத்தில் இளம் பெண் ஒருத்தி, கார்த்திக்கு நேரே வலது கால் மடங்கிய நிலையில் கிடந்தாள். அவள் ஆடைகள் முட்டி கால்களுக்கு கீழே கிழிந்திருக்கிறது. அவள் புருவங்களில் ரத்த துளிகள் பட்டு துடிக்கிறது ! "அதே கண்கள் அதே புருவங்கள் !" அவளே தான் "இந்து, இந்து"என கார்த்தி கத்துகிறான் துடிக்கிறான்.

அவள் உடம்பில் இருந்து ரத்தம் வெளியேறிக்கொண்டிருந்தது. இந்து அசைவற்று கிடந்தாள். கார்த்தியை அவள் கண்கள் பார்க்கிறது ! பரவசமடைகிறது, மெதுவாக ஒரு கையை மேலே உயர்த்துகிறாள் ! "இந்து இந்து"என கதறி கார்த்தி அவள் கையை பிடிக்கிறான் அப்போது "டமால்"என பெரும் சத்தத்துடன் குண்டு வெடிக்கிறது, இருவரின் உடல்களும் சிதறுகிறது ! இவர்களின் குறுதி ஈழ மண் எங்கும் பரவிக்கிடக்கிறது ! மேலே வானத்தில் இவர்களின் ரத்தம் சிவப்பு சாயமாக அப்பியிருந்தது.

என்னை வசீகரித்த பெண்ணின் உருவம்

என் பேரு ராஜா. சினிமா நடிகை அடினா பயாலியிடம் உதவியாளராக இருக்கிறேன். எனக்கு ஒரு வாரத்துக்கு ஷூட்டிங் இல்லை. எனக்கு செலவுக்கு நிறைய காசு கொடுத்து விட்டு மும்பைக்கு போய் விட்டார் நடிகை. இப்போது என் ரூமில் இருக்கிறேன். கொஞ்ச நேரத்துக்கு முன்னாடி தான் சாப்பிட்டேன். என்னோடு இன்னும் மூன்று நண்பர்கள் தங்கிருக்காங்க. ஒரு நண்பர் பேரு முத்து கார்பெண்டர் வேலை பார்க்கிறார். இன்னும் இரண்டு நண்பர்கள் பேரு மணிகண்டன், முருகன் இவர்கள் ரெண்டு பேரும் கேமரா மேன் சித்திர குப்தனிடம் உதவியாளர்களாக இருக்கிறார்கள். எல்லோரும் ரூமுக்கு வந்து விட்டார்கள். மணி இரவு பத்து ஆகிறது.

நான் சுவரில் ஒட்டியிருந்த தீபிகா படுகோனே போஸ்டரையே பார்த்து கொண்டிருந்தேன். அவர்கள் சாப்பிட்டு கொண்டிருந்தார்கள், மெல்ல என் பார்வையை தீபிகா படுகோன் போஸ்டரில் இருந்து விலக்கி வெரைட்டி டைரி பக்கம் கொண்டு வந்தேன். டைரியில் உள்ள நடிகைகளை பார்த்துக் கொண்டு வந்தேன், அவர்கள் சாப்பிட்டு முடித்தார்கள். நான் டைரியை மூடி வைத்தேன்.

எங்க நான்கு பேருக்கும் ஒரே வயசுதான். இருபத்தி நான்கு ஆகுது, மணிகண்டன் ரிமோட்டால் டிவியை ஆன் செய்தான். டிவியில் நீலக்கலர் ப்ரேம் வந்தது. முத்து வேகமாக எழுந்து ஒரு கருப்பு கலர் கேரி பேக்கை எடுத்து வந்தான். அதை அவசரமாக முருகன் வாங்கி பிரித்தான். உள்ளே ஐந்து டிவிடிகள் இருந்தன. எல்லாம் ஆபாச டிவிடிகள். மணிகண்டன் அதில் இருந்து ஒரு டிவிடியை எடுத்து போட்டான். டிவிடி ப்ளேயர் ஓடத்தொடங்கியது.

டிவிடியில் ஆங்கில எழுத்துக்கள் வந்தது, அது நிறைவு பெற்றதும் ஒரு வெள்ளைக்காரி தோன்றினாள். மேற்கொண்டு

என்ன.? நடக்கும் என்று எனக்கு தெரியும்.! மெதுவாக எழுந்தேன். பாயையும் பெட்சீட்டையும் எடுத்துக் கொண்டேன். மூவரும் என்னை திரும்பி பார்த்தார்கள் சிரித்தார்கள். எனக்கும் ஆங்கில மேட்டர் படங்கள் பார்க்க புடிக்கும். ஆனால் இவர்களை போன்று கும்பலாக சேர்ந்து கொண்டு பார்க்க புடிக்காது. இவர்கள் இல்லாத போது நான் தனியாக பார்ப்பேன். நான் வெளியே வந்து விட்டேன்.

மணிகண்டன் வேகமாக கதவை சாத்தினான். உள்ளே வெள்ளைக்காரன் வெள்ளைக்காரியின் சத்தம் முனங்கல்களாக கேட்டுக் கொண்டே இருந்தது.

நான் மொட்டை மாடிக்கு வந்தேன். வானம் நிலா நட்சத்திரங்கள் படை சூழ ரம்யமாய் இருந்தது.! நான் பாயை விரித்து படுத்துக் கொண்டு நிலாவையே பார்த்துக் கொண்டிருந்தேன். அப்போது தான் காலையில் தினகரன் பேப்பரில் பார்த்த உக்ரைன் அழகி கடெரினா ஸ்கார்சென்கோ நினைவுக்கு வந்தாள். தேன் நிறமும் லேசான கருப்பு நிறமும் கலந்த நீண்ட தலை முடி அவளுக்கு, நான் தேவதையைப் பார்த்ததில்லை அவள் கண்களை பார்த்தேன்.! அவள் கண்களை பார்த்து தான் தேவதைக்கு கண்கள் இப்படித் தான் இருக்குமென்று நினைத்துக் கொண்டேன். அப்படி அழகான இரு கண்கள்.! அவளுக்கு அழகான பல் வரிசை. ஆப்பிள் கன்னங்கள். எல்லோரையும் கவரக்கூடிய அதிசய நிறம்.! அவளை பார்த்தாலே வருடக் கணக்காக பார்த்துக் கொண்டு இருக்கலாம்.! அப்படி ஒரு அதிசய அழகி.

நான் உக்ரைன் அழகியை நினைத்துக் கொண்டு கண்களை மூடினேன். அப்படியே தூங்கி விட்டேன்.

என்னைத் தவிர யாரும் அந்த மொட்டை மாடியில் இல்லை, என் கூட இருப்பவர்கள் இயற்கை இனத்தவர்கள். ஆம் என்னை சுற்றி நீண்டு வளர்ந்த தென்னை மரங்களும், அழகாக வீசக்கூடிய காற்றும், என்னையே பார்த்துக் கொண்டிருக்கும் வான் நிலா நட்சத்திரங்கள். இயற்கை இனத்தவர்களோடு நான் மகிழ்ச்சியாக உறங்கி கொண்டிருந்தேன். ஆனால் இயற்கை இனத்தவர்கள் உறங்கவில்லை, எனக்கு பாதுகாப்பு கொடுத்துக் கொண்டிருந்தனர்.

அழகான காற்று என்னை வருடி செல்வதை உணர்கிறேன். அதற்கு கொஞ்ச நேரம் கழித்து, என் மீது யாரோ படுக்கிறார்கள்.? முத்தமிடுகிறார்கள்.! எனக்கு யாரென்று யூகிக்க முடியவில்லை.? இப்போது உணர்கிறேன் அது ஒரு அழகிய பெண்ணின் உருவம். அந்த உருவம் அதன் முரட்டு வேலையைக் காட்டுகிறது. என்னை புரட்டி எடுக்கிறது. அந்த உருவம் ஒரு திருமணம் ஆகாத பெண் என்று கண்டுகொண்டேன். ஆனால் அந்த அழகிய பெண்ணின் முகம் எனக்கு தெரியவில்லை.

அந்த பெண் உருவம் என்னிடம் வரம்பு மீறி நடந்து கொள்கிறது. என் உடம்பு வலிக்கிறது. என்னால் அசையக் கூட முடியவில்லை.! அந்த உருவம் தொடர்ந்து முன்னேறி வருகிறது. அந்த பெண்ணின் உருவத்தின் நோக்கம் என்ன வென்று எனக்கு தெரிகிறது. நான் என்னை அந்த பெண்ணின் உருவத்திடம் இழக்க மாட்டேன். நானும் அந்த உருவத்தோடு தொடர்ந்து போராடுகிறேன். கத்துகிறேன், கதறுகிறேன். அந்த உருவம் என்னை விடவில்லை.? நான் அந்த உருவத்தோடு மல்லுக்கட்டுகிறேன். இப்போது பலமாக கத்துகிறேன். எனக்கு விழிப்பு வந்துவிட்டது. நான் பார்க்கும் இடமெல்லாம் மங்கலாக தெரிகிறது. என் உடம்பை பார்த்தேன்.? உடம்புக்கு ஒண்ணும் ஆகவில்லை. ஆனால் உடம்பு வலித்தது. நான் சோர்வாக இருந்தேன். என் இயற்கை இனத்தவர்களை பார்த்தேன். அதுகள் என்னை சோகமாக பார்த்தது. நான் அப்படியே அசதியில் தூங்கி போனேன்.

காக்கைகள், சிட்டுக்குருவிகள் கத்துவது கேட்டது. விழித்து பார்த்த எனக்கு மேலே அதிக சத்தத்துடன் விமானம் ஒன்று போய்க்கொண்டிருந்தது தெரிந்தது. அதற்கு மேல் தூங்க பிடிக்கவில்லை எனக்கு, சிறிது நேரம் எழுந்து உட்கார்ந்திருந்தேன். அந்த காலை பொழுது ரம்யமாக இருந்தது.! எனக்கு எதிரே சூரியன் ஒளிக்க தொடங்கியது, அந்த சூரியனின் ஒளியில் என் கண்கள் கூசத் தொடங்கியது. பாயை சுருட்டிக்கொண்டு கீழே வந்தேன். கதவு மூடி இருந்தது. கதவைத் தட்டினேன். முருகன் கதவை திறந்து விட்டு மறுபடியும் படுத்துக் கொண்டான். முத்துவும் மணியும் அலங்கோலமாக உறங்கி கொண்டிருந்தனர். டிவியில் ஆபாச படம் ஓடிக்கொண்டே இருந்தது. அதில் வரும் காட்சியை என்னால் பார்க்கவே முடியவில்லை அவ்வளவு அசிங்கமாக

இருந்தது. முதல் வேலையாக டிவியை ஆப் செய்தேன். மணி தூக்க கலகத்தில் "யார்டா சுப்ரபாதத்த ஆப் பண்ணுனது.?" என்றான் நான் அவனை முறைத்தேன். அவர்கள் எழுந்திருக்க நெடு நேரம் ஆகும் என்பதால் நான் மட்டும் டீ போட்டுக் குடித்தேன்.

அன்று முழுவதும் கனவில் வந்த பெண் உருவத்தையே நினைத்துக் கொண்டிருந்தேன். இரவு பொழுது வந்தது. மணி எட்டானது அவர்கள் மூவரும் இன்னும் ரூமுக்கு திரும்பவில்லை. அன்றைய இரவு உணவை சீக்கிரம் முடித்துக் கொண்டு, மொட்டை மாடிக்கு வந்தேன். பாயை விரித்து படுத்தேன். என்னை சுற்றி இயற்கை இனத்தவர்கள் இருந்தனர். நான் அவர்களையே பார்த்துக் கொண்டிருந்தேன். அப்போது ஒரு காற்று அழகாக என்னை தொட்டு சென்றது. நான் கண்களை மூடி காற்றிலேயே லயித்து போயிருந்தேன். அப்படியே எனக்கு தூக்கமும் வந்துவிட்டது.

நன்றாக உறக்கம் வந்தது, உறங்கிக்கொண்டிருந்தேன் அப்போது அந்த பெண்ணின் உருவம் எனக்கு எதிரே நின்று கொண்டு அழுதது. நான் வியப்பாக பார்த்தேன். அது என்னிடம் மன்னிப்பு கேட்டது. அந்த பெண் உருவம் என்னிடம் சொல்லியது. "நான் நேத்து உங்களிடம் அத்துமீறி நடந்து கொண்டு விட்டேன்." என்று சொல்லிவிட்டு மீண்டும் பொங்கு பொங்குகென்று அழுதது.

நான் இப்போது அந்த பெண்ணின் உருவத்தை உற்று பார்க்கிறேன். அது இளமையான அழகிய தோற்றத்துடன் இருந்தது. அந்த பெண் உருவத்துக்கு ஒரு பதினெட்டு வயசு இருக்கும். அந்த உருவத்தை பார்க்க எனக்கு பாவமாக இருந்தது. அது தொடர்ந்து அழுது கொண்டே இருந்தது. நான் "அழாதே" என்றேன். அந்த உருவம் அழுகையை நிறுத்தி விட்டு என்னை பார்த்தது, இப்போது அந்த உருவம் மேலும் அழகாக இருந்தது.! அந்த உருவத்தை காதலிக்க வேண்டும் என்பது போல் தோன்றியது எனக்கு. இருவரும் பார்த்துக் கொண்டோம்.

நான் இப்போது அந்த அழகிய பெண்ணின் உருவத்திடம் கேட்டேன் "ஏன்.? அவ்வாறு நடந்து கொண்டாய்.?" என்று. அந்த பெண்ணின் உருவம் என்னை பார்க்க சங்கடப்பட்டது. ஒரு வித கூச்சத்துடன் தலையை கீழே குனிந்து கொண்டு எனக்கு பதில் சொன்னது. "நான் எட்டு நாளைக்கு முன்னாடி தான்

செத்து போனேன். என் சாவு கொடூரமா நடந்துச்சு. நான் நிறைய ஆசைகளோட வாழ்ந்துகிட்டு இருந்தேன்.! அதுல ஒரு ஆசை தான். அழகான பையன காதலிச்சு கல்யாணம் பண்ணிக்கிறது என்பது. ஆனா நான் காதலிக்கவும் இல்ல. கல்யாணமும் பண்ணிக்கல்ல.? அதுக்குள்ளயும் முட்டாப்பய கடவுள். என் உயிர பறிச்சுட்டான். ஈவு இரக்கமே இல்ல அந்த கடவுளுக்கு. அந்த கடவுளதான் தேடிகிட்டு இருக்கேன். நீங்க. பாத்தீங்களா.?" என்றது.

அந்தப் பெண்ணின் உருவத்திடம்"ஏன்.? கடவுளை அவ்வாறு திட்டுகிறாய்.?" என்றேன். பெண்ணின் உருவம் மீண்டும் சொன்னது "காலேஜ் முடிஞ்சு, டென்னீஸ் விளையாடுறதுக்காக. அன்னைக்கு வீடு திரும்பிட்டு இருந்தேன். அந்த மாலை நேரம் அழகாக இருந்துச்சு. நான் ரோட்ல நடந்து வந்துக்கிட்டுருந்தேன். அப்ப தான் என் சாவு நிகழ்ந்துச்சு. நடந்து வந்துக்கிட்டு இருந்த என் பின்னாடி ஒரு டாக்சி வேகமா வந்து மோதுச்சு. அப்படியே மேலே பறந்தேன். என் ரத்தமும் சதையும் சிதறியது. என் உடம்பை பார்த்தேன். பாதி பாகங்கள் இல்லை. அப்படியே கீழே விழுந்தேன். என் உடலில் உள்ள பாகங்கள் துடிக்கிறது. எனக்கு லேசாக கண் தெரிகிறது. அங்கு கூடிய ஆட்கள் கார் டிரைவரை அடிக்கிறார்கள். டிரைவர் அவன் கீழே விழுந்தான். நான் கொடூரமாக கிடந்தேன். அங்கு நான் இருபஃது நிமிஷம் உயிருக்கு போராடினேன். எந்த கடவுளும் என்னை காப்பாற்றவில்லை. என் உயிர். என் உடலை விட்டு பிரிந்தது. நான் கத்துகிறேன். கதறுகிறேன். என் அலறல் யாருக்கும் கேட்கவில்லை. ஒரு ஆத்மாவின் சத்தம் எப்படி அவர்களுக்கு கேட்கும்.? ஒரு வேளை நான் செத்து தொலையட்டும் என்று விட்டு விட்டார்கள் போல.? அந்த மனிதர்கள். அன்று என் உடலை பார்த்து பயங்கரமாக அழுதேன். அன்று முதல் நான் கடவுளை தேடுகிறேன். அவன் கிடைக்கவில்லை. கடவுள் எனக்கு எதிரே தென்பட்டால். மனித உயிருக்கு ஒரு வயசை நிர்ணயம் பண்ணு. அந்த வயசில் அந்த உயிரை பறித்துக்கொள். என கேட்கப் போகிறேன். இது தான் அவனிடம் நான் கேட்கும் கேள்வி. அவன் காலில் விழுந்து இன்னொரு கேள்வியையும் கேட்பேன்.? அந்த கேள்வி தான்.? இளம் வயதினர் உயிரை பறிக்காதீர்கள் என்று.?" அந்த பெண்ணின் உருவம் கதறிக் கதறி அழுதது.

அதைப் பார்த்து எனக்கும் அழுகை வந்தது.

இருவரும் பார்த்துக் கொண்டோம். சிறிது நேரம் பேசிக் கொள்ளவில்லை. அந்த பெண்ணின் உருவம் என்னை விழுங்குவதை போன்று பார்த்தது. நானும் பார்த்தேன். "நான் உங்களை விரும்புகிறேன்." என்றது. அது கண்கள் பிரகாசமாக இருந்தது.! நான் அந்த பெண்ணின் உருவத்தையே பார்த்துக் கொண்டு இருந்தேன். அது என்னை பார்த்து சிரித்தது. நான் அமைதியாக இருந்தேன். "ஏன்.? என்னை பிடிக்கவில்லையா.?" என்றது. "நாளைக்கு சொல்லவா.?" என்றேன். அது அமைதியாக இருந்து விட்டு "சரி." என்றது.

எங்களுக்கு மேலே நிலா அழகாக மெல்ல நகர்ந்து கொண்டிருந்தது. அது எங்களை பார்க்க தவறவில்லை. "மறுபடியும் என்னை மன்னித்து விடுங்கள்" என்றது. "எதற்காக.?" என்றேன். "அன்னைக்கு உங்கள் மேல் உள்ள ஆசையில். அவ்வாறு நடந்து கொண்டு விட்டேன். !" என்றது. "நான் தப்பா நினைக்கவில்லை." என்றேன். "நீங்க அழகா இருக்கீங்க." என்றது. நான் மனதுக்குள் சிரித்துக் கொண்டேன். "நாளைக்கு வரும் போது. வீவீடி கோல்டு ஹெர்பல் கோகனட் ஆயிலும், ஃபேர் அன் லவ்லி மேன்ஸ் ஆக்டிவும் யூஸ் பண்ணிட்டு வாங்க. அதன் வாசனை எனக்கு பிடிக்கும்" என்றது. அந்த பெண்ணின் உருவம் மறுபடியும் என்னை பார்த்தது. நானும் பார்த்தேன். என்னை பார்த்து சிரித்து விட்டு, பின்பு எங்கோ மறைந்து போய் விட்டது. அதற்கு பிறகு எனக்கு தூக்கம் வரவில்லை. வெகு நேரம் முழித்திருந்தேன்.

காகங்கள் கத்தியன. பொழுது விடியத் தொடங்கியது. நிலா மெல்ல மறையத் தொடங்கியது.

நான் எழுந்து மொட்டை மாடியில் நடக்க தொடங்கினேன். எனக்கு எதிரே ஒரு இளம் பெண் மொட்டை மாடியில் நடந்து கொண்டிருந்தாள். அவளை பார்த்தவுடன் எனக்கு தூக்கம் களைந்தது.! அவ்வளவு அழகாக இருந்தாள்.! அந்த பெண்ணின் உருவத்தின் மேல் உள்ள காதலால், மேற்கொண்டு அந்த அழகிய இளம் பெண்ணை எனக்கு பார்க்கத் தோன்றவில்லை. பாயை சுருட்டிக் கொண்டு கீழே வந்து விட்டேன்.

ரூமில் யாரும் எழுந்திருக்கவில்லை. கதவை தட்டினேன். முத்து கதவை திறந்து விட்டு மீண்டும் படுத்துக் கொண்டான். வழக்கம்

போல் ஆபாச படம் ஓடிக்கொண்டிருந்தது. நான் கோபத்தில் டிவி டிவிடி ரெண்டையும் ஆப் பண்ணினேன். அவர்கள் அலங்கோலமாக தூங்கிகொண்டிருந்தனர். நான் அமைதியாக சேரில் அமர்ந்தேன். அப்போது தான் ஞாபகம் வந்தது. நேராக டீ கடைக்கு வந்தேன். தினத்தந்தி பேப்பரை புரட்டினேன். ஏழாம் பக்கத்தில் எங்கள் நடிகை அடினா பயாலி நடித்த "ஸ்டார் நைட்"படத்தின் இசை வெளியிட்டு விழா நாள் நாளை என்று அறிவிப்பு வந்திருந்தது. அதில் இருந்த படத்தில் எங்கள் நடிகை ஹீரோவுடன் நெருக்கமாக இருந்தார். அதற்குள் மாஸ்டர் டீயை என்னிடம் நீட்டினார். டீயை பருகி விட்டு, ஏழு ரூபாய் காசை கொடுத்துவிட்டு அங்கிருந்து நடந்தேன்.

நீண்ட தெருவில் நடந்து வந்து கொண்டேயிருந்தேன். எங்கள் ஹீரோயினுக்கு அப்படி ஒன்றும் வனப்பான உடம்பு கிடையாது. முன்புறமும் பின்புறமும் பேடு வைத்துக் கொண்டு நடிக்கிறார். ரசிகனுக்கு இதெல்லாம் எங்கு தெரியப் போகிறது. வாயை பிளந்து கொண்டு பார்கிறார்கள்.! ஆனால் நல்ல நிறம். நேரம் நல்லா இருக்கு முன்னணியில் இருக்கிறார். நல்ல டைப், வேலைக்காரர்களை மரியாதையாக நடத்துவார். சம்பளம் அதிகமாகவே கொடுப்பார். அதனால் அவரிடம் வேலை பார்க்கிறேன்.

எனக்கு எதிரே ஸ்கூட்டியில் ஒரு இளம் பெண் வேகமாக போய்க்கொண்டிருந்தாள். அவளை கடந்து என் ரூமுக்கு வந்தேன். மணியும் முருகனும் வெளியே போயிருந்தனர். நான் ஒரு மணி நேரம் ஊர் சுத்திட்டு வந்ததனால் அவர்களிடம் இருந்து தப்பினேன். இல்லை என்றால் எங்கள் ஹீரோயினை பத்தி தப்பாக பேசுவார்கள். அவர்களுக்கு நடிகைகளை பத்தி பேசுவதென்றால் சோறு தண்ணி தேவை இல்லை. சிறிது நேரத்தில் முத்துவும் கிளம்பி போனான். நான் நிம்மதியாக சேரில் அமர்ந்தேன்.

பொழுது மெதுவாக சாயத் தொடங்கியது. மணி மாலை ஆறு. எனக்கு அந்த பெண்ணின் உருவம் ஞாபகத்துக்கு வந்தது. ஆம் இன்று அந்த பெண்ணின் உருவம் காதலுக்கு பச்சை கொடி காட்டபோகிறேன். நேராக பாத்ரூமுக்கு சென்றேன். பக்கெட்டில் தண்ணீரைத் திறந்து விட்டேன். பைப்பில் இருந்து தண்ணீர் வந்து கொண்டிருந்தது. லக்ஸ் சோப்பும், ஹெட் அண்ட் சோல்டர்

ஷாம்பும் ஒரு துண்டையும் எடுத்துக் கொண்டு பாத்ரூமுக்குள் புகுந்தேன்.

பைப்பில் இருந்து தண்ணீர் வேகமாக வந்து கொண்டிருந்தது. கப்பினால் தண்ணீரை மேலே அள்ளி ஊற்றிக் கொண்டேன். இப்போது வெற்று உடம்புடன் இருக்கிறேன். என்னை நானே பார்த்துக் கொண்டேன். ஷாம்பு சோப்பு சகிதமாக குளிக்கிறேன். என் உடல் முழுவதும் ஷாம்பு சோப்பின் நுரைகளாக கிடக்கிறது. நான் அந்த பெண்ணின் உருவத்தை நினைத்து கொண்டு தண்ணீரை அள்ளி மேலே ஊற்றிக் கொண்டேன். என் குளியல் முடிந்தது. நான் அழகானவனாக ஆனேன்.

ரூமுக்குள் இரவு விளக்குகளுக்கிடையே கண்ணாடி முன்பு நிற்கிறேன். ஃபேர் அண்ட் லவ்லி, மென்ஸ் ஆக்டிவை முகத்தில் பூசுகிறேன். அது என்னை கடந்து ரூமுக்குள் அதன் வாசனையை பரவி விட்டுக் கொண்டிருந்தது. அதன் வாசனை மேலும் என்னை உற்சாகபடுத்தியது. வீவீடி கோல்ட் ஹெர்பல் தேங்காய் எண்ணெய்யை தலையில் தேய்கிறேன். அதன் வாசனையும் ரூமை ஆக்கிரமிக்கிறது. சீக்கிரமே இரவு உணவை முடித்துக் கொண்டு மொட்டை மாடிக்கு வந்தேன்.

பாயில் படுத்துக் கொண்டு மேலே பார்த்தேன். இயற்கை இனத்தவர்கள் அழகாக இருந்தனர். அமைதியாக என்னை பார்த்துக்கொண்டிருந்தனர். அவர்களை பார்த்து நான் சிரித்தேன். அப்போது ஒரு காற்று என்னை தொட்டு சென்றது. எனக்கு குதூகலமாக இருந்தது. முதல் முறையாக பெண்ணின் உருவத்தை முத்தமிட போகிறேன். அது காதலை ஏற்றுக்கொள்ள போகிறேன். பெண்ணின் உருவம் என்ன செய்தாலும் ஏற்றுக்கொள்ள போகிறேன். அது ஆசைகளை நிறைவேற்றி வைக்க போகிறேன். என்னையே அந்த பெண்ணின் உருவத்துக்கு கொடுக்க போகிறேன். அது ஆசைகளை அது நிறைவேற்றி கொள்ளட்டும். காசா பணமா எல்லாம் ஓஸி தானே இதோ கண்களை இறுக மூடிக் கொள்கிறேன். சீக்கிரத்திலேயே தூங்கி விடுவேன். எங்கோ வந்து கொண்டிருக்கிறது, அந்த பெண்ணின் உருவம் என்னைத் தேடி.

கோலிவுட் சினிமா

ஆடிக்காற்று முடிந்து ஆவணி 6—ம் நாள் நடந்து கொண்டிருந்தது. அன்று நல்ல மழை வேறு பெய்து கொண்டிருந்தது, இடை விடாமல். பூமிநாதன் காலையில் இருந்து வெளியே செல்லவில்லை. தான் டைரக்ட் செய்யப் போகும் லட்சிய கதையை டெவலப் செய்து கொண்டிருந்தான். லேசாக மழையின் வேகம் குறைந்து தூறல் போட்டுக் கொண்டிருந்தது. ஜன்னல் அருகே இருந்து மெதுவாக எட்டி பார்த்தான். மரங்கள் பச்சை பசேரென்று கிளைகள் ஆட ரம்யமாய் காட்சியளித்தது. பூமிநாதன் அதை ரசித்தான்.

எட்டு முறையாவது கண்ணாடியை பார்த்து தலையை சீவி இருப்பான். திருப்தி ஆனவுடன் மீண்டும் ஒரு முறை கண்ணாடியில் தன் அலங்காரத்தை பார்த்துக்கொண்டான். பிறகு முழுக்கை சட்டையை எடுத்து உடம்பில் மாட்டிக்கொண்டு "மழை"நீர்களுக்கிடையே நடந்து அண்ணாச்சி tea கடையை அடைந்தான். அண்ணாச்சி சூடாக டீயை போட்டுக்கொடுத்தார். பூமிநாதன் சூடாக டீயை பருகியபடி தந்தி பேப்பரை புரட்டி சினிமா செய்திகளை படித்துவிட்டு, காசை கொடுத்துவிட்டு மீண்டும் 'மழை"நீருக்குள் நடந்து ரூமை அடைந்தான்.

ஜன்னல் அருகே கடிதம் ஒன்று இருந்தது. எடுத்து from அட்ரசை பார்த்தான், அம்மாவிடம் இருந்து "கடிதம்"வந்திருந்தது. கடிதத்தின் உரையை கிழித்துவிட்டு கடிதத்தை வாசிக்க தொடங்கினான். அம்மாவின் எழுத்துக்கள் "அப்பு பூமி எப்படிப்பா இருக்க, நல்லா இருக்கியா.? உங்க டைரக்டரு நல்லா இருக்காரா.? அவரு பொண்டாட்டி புள்ளைக எல்லாம் நல்லா இருக்காகளா.? உன் சேர்மான நண்பர்கள் எல்லாம் நல்லா இருக்காங்களா.? அப்பு பூமி யார்கிட்டயும் சண்ட சல்லு வச்சிகிராதப்பா, நல்ல படியா பொழைக்கணும்"பூமிநாதனின் கண்கள் கலங்கி கண்ணீர் கடிதத்தில் விழுந்து எழுத்துக்களை நனைத்தது. பூமிநாதன் கண்ணீரை துடைத்துக்கொண்டு மீண்டும் கடிதத்தை படிக்கதொடங்கினான்"இந்த வருஷம் வர்ற அய்யனார் கோயில்

திருவிழாவுக்கு நீ வரணும்ப்பா. எனக்கு வேற ஒடம்புக்கு சரியில்லபா திடீர் திடீர்னு கை, கால் எல்லாம் இழுத்துட்டு போவுது. ஏம்ப்பா பூமி இப்புடி டைரக்டராகனும்முன்னு வங்காச்சியா கெடக்க, ஊர்ல இருந்துக்கிட்டு ஒரு வேலய பாத்து பொழைக்கலாம்னா கேட்க மாட்டேன்குறியேப்பா.? உன்னய நெனச்சு தாண்டா நான் கவல பட்டு சாகுறேன். சரி அது இருக்கட்டும், நான் சொன்னா நீ கேட்கவா போற.? பூமி முக்குளி சுட்டு சட்சுகிட்டு எட்டுமணி பஸ்ஸ எதிர் பாத்துக்கிட்டு இருப்பேன். நீ வந்துருப்பா". பூமி கடிதத்தை மடிச்சி வைத்துவிட்டு யோசனையில் ஆழ்ந்தான்.

பூமி ஊருக்கு போயி ரெண்டு வருசமாச்சு, அப்பா தவறிப் போன பின்பு அம்மா செல்லம்மாள் தான் பூமியை படிக்க வைத்தது. நல்லது கெட்டது பாத்தது எல்லாம். ஊருக்கு போக பூமிக்கு கொஞ்சம்கூட இஷ்டம் இல்லை. திரும்பி ஜன்னலை பார்த்தான் மழை தொடர்ந்து தூறிக்கொண்டே இருந்தது.

பூமி ஒரு வழியாக ஊருக்கு போகமுடிவு செய்தான். திருவிழாவுக்கான காலம் வந்தது. தனக்கு பிடித்தமான "வண்ணநிலவன்"சிறுகதைகளை கொண்ட புத்தகத்தை எடுத்து கொண்டான். உலக சினிமா DvD—களை பவ்ச்சுகளில் வைத்து பேக்குக்குள் வைத்தான். கூடவே DVD பிளேயரையும் எடுத்துக்கொண்டான். தன் குருநாதர் இயக்குனர் பாண்டிராஜிடம் செல்போன் மூலமாக தகவலை சொல்லி விடை பெற்றுக்கொண்டான். மேலும் நண்பர்களுக்கு SMS மூலமாக தகவல் அனுப்பிவிட்டு ரூமை பூட்டிவிட்டு கிழே வந்தான்.

தெருக்களின் ஊடே நடந்து வந்து, அண்ணாச்சி கடையில் சூடாக டீயை பருகி விட்டு நேராக கோயம்பேடு பஸ் ஸ்டாண்டுக்கு பஸ் ஏறினான். பஸ் பல சிக்னல்களை கடந்து கோயம்பேடு பேருந்து நிலையத்தை வந்தடைந்தது. பஸ் ஸ்டாண்டில் ஜன நெருக்கடி அதிகமாக இருந்தது. நல்ல வேளையாக தஞ்சாவூர் செல்லும் பஸ்சில் கூட்டம் அதிகமாக இல்லை, வலது புறத்தில் ஜன்னல் ஓரமாக சீட் கிடைத்தது. பூமி சீட்டில் அமர்த்து வேடிக்கை பார்த்தபடி இருந்தான். பேருந்து தாம்பரத்தை தாண்டி சென்று கொண்டிருந்தது. பூமி அம்மா செல்லம்மாளை நினைத்து வருந்த

தொடங்கினான் "அம்மா எனக்காக எவ்வளோவோ உழைத்திருக்கு, இன்னமும் எனக்காக உழைக்கிறது. ஆனால்.? என்னால் அம்மாவை உட்கார வைத்து சோறு போட முடியவில்லையே.?" இந்த வருத்தம் நீண்ட நாட்களாக அவனுக்கு இருந்து கொண்டே இருந்தது. எல்லாம் ஒரு படம் இயக்கி விட்டால் கையில் பணம் வந்துவிடும் எல்லாம் மாறும் என அமைதி காத்து வந்தான். வீட்டுக்கு சென்றவுடன் நண்பன் சீனுவின் பேச்சு தொல்லையில் இருந்து தப்பிக்க நல்ல வேளையாக உலக சினிமாக்களைக் கொண்டு செல்கிறான், படம் பார்ப்பது போல் அவனை அவாய்ட் பண்ணலாம்.

பேருந்து இருபுறமும் வாகனங்கள் "சர், சர்"என வேகமாக சென்று கொண்டிருந்தது. இவனுக்கு முன் சீட்டில் வயதான தாத்தா, பாட்டி சீட்லஸ் திராட்சை பழங்களை ருசித்தபடி பேசிக்கொண்டு வந்தார்கள். பின் சீட்டில் கல்லூரி மாணவர்கள் இருவர்"எங்கே இருந்தாய். நீ எங்கே இருந்தாய்"பாடலை வாக் மேனில் கேட்டு கொண்டே வந்தார்கள். வானில் மேகங்கள் திட்டுதிட்டாக பின்னோக்கி போய்க்கொண்டு இருந்தது.! மழைக்காலம் என்பதால் மரங்கள் பசுமையாக சாலையின் இருபுறமும் காட்சியளித்தது. பூமிக்கு இடது புறத்தில் பார்க்கவே அருவருக்கத்தக்க வகையில் ஒரு கள்ளக்காதல் ஜோடி நடந்துகொண்டு வந்தது. இவனை வேறு அவள்[aunty]ரொமான்சாக அடிக்கடி பார்த்துக்கொண்டே வந்தாள். பூமிக்கு அது எரிச்சலாக இருந்தது. அவனுக்கும் அந்த ஆன்டிக்கும் சம்பந்தமே இல்லை, அனேகமாக தள்ளிக்கொண்டு போகிறான். போலும் . பஸ்சில் இருந்த இளம்வட்டங்கள் அவளையே திரும்பி திரும்பி பார்த்துக்கொண்டு வந்தனர் பேருந்து வாகனங்களுக்கு இடையே கடந்து வந்து . திண்டிவனம் வந்த போது கொய்யப்பழம் விற்கும் பெண்ணை வழி மறித்து அம்மா செல்லம்மாவுக்கு கொய்யாப் பழங்களை வாங்கி வைத்து கொண்டான்

பேருந்து மெதுவாக நகர்ந்தது பூமிக்கு 'ஈஸ்வரின் 'நினைவு வந்தது . சின்ன வயசிலிருந்து பூமிக்கும் ஈஸ்வரிக்கும் மோதல் தான் . குளத்தில் குளிக்கும் போது ஆல மரத்தில் விளையாடும் போது அடிக்கடி சண்டை போட்டுக் கொள்வார்கள் ஈஸ்வரி பூமியை விட நான்கு வயது இளையவள். அவனை பார்த்தாலே

அவளுக்கு சண்டை போட வேண்டும் போல் இருக்கும் . அவளை பார்த்தாலே இவனுக்கு பயம். ஒரு முறை வீட்டு மா மரத்தில் ஏற சொல்லி மாங்காய் பறிக்கும் போது ஈஸ்வரி பார்த்து கல்லை கொண்டு எறிந்து இவனுக்கு மண்டை உடைந்து போய்விட்டது. அடிபட்ட தழும்பு இன்னமும் பூமிக்கு நடு மண்டையில் கிடக்கு.

பள்ளி விடுமுறைக்கு பூமி ஈஸ்வரிக்கு பயந்து கொண்டு நடுக்காவேரிக்கு ரைஸ்மில் வேலைக்கு போய்விட்டான் . அங்கேயே தங்கி வேலை பார்க்கணும் ஆறு நூறு சம்பளம் இரண்டு மாதங்கள் ஓடி போனது. ஒரு காலை பொழுதில் ஊருக்கு வந்து கொண்டு இருந்தான். ஒத்தை அடி பாதை வழியாக மாந்தோப்பை தாண்டி வளைவு பாதையில் நடத்து வந்து கொண்டிருந்தான் . தொண்டை வறண்டு போய் உதடுகள் காய்ந்து போயிற்று. காலை வேலையில் வெயில் கொளுத்திக்கொண்டு இருந்தது. காற்று சுத்தமாக வீசவில்லை தண்ணிர் தாகம் வேறு மூன்று பெண்கள் தூரத்தில் வருவது தெரிந்தது. அவர்களுக்கு இடையே புது தாவணி பாவாடை சட்டை போட்ட மட்டப் பெண் ஒருத்தியும் வந்து கொண்டு இருந்தாள்.

பூமி தண்ணி தாகத்தில் வேறு பக்கமாக முகத்தைத் திருப்பிக்கொண்டு நடந்தான். பூமியைக் கடந்து போகும் போது தாவணி போட்ட ஒரு மட்டப்பெண், இவனை பார்த்துவிட்டு அந்த இளம் பெண் இரு பெண்களுக்கு இடையே ஒளிந்து கொண்டு போனாள். “போவது ஈஸ்வரிதான், பெரிய பெண்ணாகி விட்டாளா.?” பூமி ஈஸ்வரியை பார்த்தான். ஈஸ்வரி இவனை பார்த்து சிரித்துக்கொண்டே போனாள். பூமிக்கு குழப்பமாக இருந்தது. “அம்மாவிடம் கேட்கலாமா.? அய்யோ அம்மா திட்டும்” என்று முத்து பயலிடம் கேட்ட போதுதான் உண்மை தெரிந்தது அவள் ஈஸ்வரிதான் என்று அப்போது தான் பூமிக்கு திருப்தி ஏற்பட்டது.

பூமிக்கு பயமாக இருந்தது.! இவன் சிறுவனாக இருக்கும் போதே ஈஸ்வரி இவனிடம் சண்டை பிடிப்பாள், இப்போது பெரிய பெண்ணாக வேறு ஆகிவிட்டாள். பூமியை என்ன செய்ய போறாளோ தெரியவில்லை.? ஈஸ்வரியை நினைக்கும் போதே பூமிக்கு முகமெல்லாம் வியர்த்தது. ஆனால் இவன்

நினைத்தது போல் நடந்து விடவில்லை. அதற்கு நேர் மாறாக நடக்க தொடங்கியது. ஈஸ்வரி பூமியை பார்க்கும் போது சிரிப்பது, ஓரக்கண்ணால் பார்ப்பது. ஈஸ்வரி பூமி மீது பிரியம் கொண்டாள். அவள் காதல் ரெக்கை கட்டி பறந்தது. பூமிக்கும் ஈஸ்வரியை பிடித்திருந்தது. அவள் எதிரே வரும்போது இவன் பார்க்காதது போல் இருந்துவிட்டு திரும்ப திரும்பி பார்ப்பான். ஈஸ்வரி மென்மையாக நடந்து போவாள். அவள் பிடறி மயிர் அழகாக சுருள் சுருளாக கிடக்கும். அவள் நடந்து போகும் அழகே தனி.

அந்த ஊர் பேர் சித்திரகுடி, ஆனால் அந்த ஊரில் சித்திரங்கள் இல்லை பின்பு ஏன் சித்திரக்குடி என்று பேர் வைத்தார்கள் என்று புலம்புவான். இப்போது தான் தெரிகிறது சித்திரம் ஈஸ்வரிதான் என்று. இந்த காலகட்டங்கள் பூமிக்கு நந்தவனத்தை போன்று இருந்தது. இந்தக் காலகட்டங்களில் பூமி இன்னொரு பழக்கத்தையும் ஏற்படுத்திக்கொண்டான், அது மானோஜிப்பட்டி சோழன் கொட்டகைக்கு சென்று படங்கள் பார்ப்பது. சின்னத்தம்பி படத்தை பன்னிரண்டு முறை பார்த்தான்! "முயிலப்புடிச்சி கூண்டிலடச்சி"பாடலை முனுமுனுத்துக்கொண்டே இருப்பான். தொடர்ந்து சினிமா பார்க்க ஆரம்பித்தான். சினிமா இவனுக்குள் மாற்றத்தைக் கொண்டு வந்துவிட்டது. பூமி அவனை பலசாலி போல் நினைக்க தொடங்கினான். பூமி இப்போது ஈஸ்வரியை பார்ப்பதே அரிதாக இருந்தது. ஈஸ்வரியை சினிமா ஓரங்கட்டியது. தாமரை குளத்தில் பூமியை பார்ப்பதுக்காகவே ஈஸ்வரி நிற்பாள். இவன் பார்க்காதது போல் சென்றுவிடுவான்.

சினிமாவை கட்டி ஆள வேண்டும், தாம் தான் சினிமாவில் முதலாவதாக இருக்க வேண்டும் என்று நினைத்தான். எல்லா சினிமா ஆட்களையும் வேலை வாங்க வேண்டும் என்று நினைத்தான். அதற்காக அவன் தேர்வு செய்தது இயக்குனர் நாற்காலியை. ஆம் இயக்குனர் ஆவது என முடிவு செய்தான். +2—வுக்கு மேல் படிக்க பிடிக்கவில்லை, அத்துடன் படிப்பை நிறுத்திக்கொண்டன். ஊரில் சினிமா தத்துவமேதை மாதிரி சீனுவுடனும், முத்துவுடனும் சினிமா பத்தி பேசிக்கொண்டு இருப்பான். பூமியை பார்த்தாலே பல பேர் தலை தெறிக்க ஓடுவார்கள். இரண்டாவது ஆட்டம் சினிமா பார்த்துவிட்டு இருட்டான பெரியபாலம் வழியாக யாரும் வர பயப்படுவார்கள்,

ஆனால் பூமி மட்டும் MGR பாடல்களை பாடிக்கொண்டு தைரியமாக வருவான். ஈஸ்வரியை பூமிக்கு ரொம்ப பிடிக்கும். இவன் ஏழை அவள் பணக்காரி. ஈஸ்வரி அப்பா ஊர் தலையாரி பூமிக்கு ஈஸ்வரியை கொடுக்கமாட்டார் வேறு. பூமி அம்மா செல்லம்மாளுக்கு விறகு வியாபாரம், வீடும் குடிசைதான். ஊரில் இவர்களின் காதலை பற்றி கேலி பேசி சிரித்தார்கள்.

அந்த காலகட்டங்களில் எல்லாம் பூமிக்கு லவ்டுடே சுவலட்சுமியையும், காதலுக்கு மரியாதை ஷாலினியையும் ரெம்ப பிடிக்கும். இவன் நினைவில் அவர்கள் வந்து போனார்கள். ஈஸ்வரியைவிட அவர்கள் அழகாகத் தெரிந்தார்கள் ! அதற்காக ஈஸ்வரியின் அழகையும் விட்டு கொடுத்துவிட மாட்டான். பூமியின் காதல் முத்து பயல் மூலமாக அம்மாவுக்கு தெரியவந்ததும் அம்மா துடித்து போனாள்.? “பூமி நீ ஒத்த மயன்டா எனக்கு. நீ பரிதவிச்சி நிக்கிரத என்னால பாக்கமுடியலப்பா.? அந்த காதல்லாம் உனக்கு வேண்டாம்பா, நீ நல்ல நெலம்மைக்குவரணும். அடிக்கட்டையிலையே கருகி போகக்கூடாது.? நீதான் டைரக்டராகணும்னு சொல்றியே அதுபடி செய்பா. நான் எப்பாடு பட்டுனாலும் உனக்கு உதவுறேன். இங்க உள்ளவங்களோட சேராத உருப்புட முடியாதுப்பா”என அழுத வாறே சொல்லி தான் சேர்த்து வைத்திருந்த சிறுவாட்டு காசை கொடுத்து சென்னைக்கு அனுப்பி வைத்தாள். பாவம் ஈஸ்வரி பஸ் ஏறும் போது பூமி பின்னாடியே ஓடி வந்தாள். பூமி ஒரு முறை கூட ஈஸ்வரியை திரும்பி பார்க்கவில்லை, ஆனால் அவன் கண்கள் கலங்கிபோயிருந்தது மட்டும் உண்மை.

பேருந்து தஞ்சாவூரை அடைந்தது. பேருந்தில் இருந்து இறங்கி தயாராக இருந்த சித்திரக்குடி மினி பஸ்ஸில் ஏறினான். அப்போது காற்று குளிர்ச்சியாக வீசிக்கொண்டு இருந்தது. பஸ் புறப்பட்டது, வழி நெடுக வயல்களில் நாத்து நட்டு பசுமையாக இருந்தது. சிறுவர்கள் ஆடுகளை மேய்த்துக் கொண்டு இருந்தனர். அதற்குப் பிறகு இரண்டொருமுறை ஈஸ்வரி பூமிக்கு போன் பண்ணினாள், இவன் பேசாமல் போனைத் துண்டித்து விட்டான். அப்பொழுதெல்லாம் பூமிக்கு துக்கம் தொண்டையை அடைத்துக்கொள்ளும். சில நாட்கள் இவனின் முகம் இருட்டடைந்து போகும். அதன் பிறகு ஈஸ்வரி

காலேஜில் படிப்பதாக கேள்விப்பட்டான். ஈஸ்வரியை மறந்து சினிமாவில் ஜெய்க்கவேண்டும் என்பதற்காகவே பூமி ஊருக்குப் போவதையே தவிர்த்து வந்தான். அவளைப் பற்றி அறிந்துகொள்ள இவனுக்குப் பயமாக இருந்தது. ஈஸ்வரிக்கு கல்யாணம் ஆச்சா இல்லையா என்று கூட பூமிக்குத் தெரியாது? அம்மாவும் ஒரு தகவலும் சொல்லவில்லை. ஆனால் ஈஸ்வரி பூமிநினைவில் வந்து கொண்டுதான் இருந்தாள்!

சித்திரக்குடியில் பேருந்து வந்து நின்றது. பூமி பேக்கை எடுத்து கொண்டு வீட்டை நோக்கி நடந்தான். வழி எங்கும் கிராமத்து மண் நெடி. அய்யனார் கோயிலில் ரேடியோ பாடுவது தெளிவாக கேட்டது. ஆலமரத்தில் குருவிகள் ‘கீச்சு, கீச்சு’என கத்திக்கொண்டிருந்தன. கேட்பதற்கு அழகாகவும் சந்தோஷமாகவும் இருந்தது. பூமி அவன் வீடு அருகே சென்றான். “அத்தேய். பூமி வருது”என காந்திமதி அண்ணி சொல்ல. முகமலர்ச்சியோடு வீட்டிற்குள் இருந்து வெளிப்பட்டாள் செல்லம்மாள், அவள் பூமியை பார்த்து பூரித்து போனாள். “வாப்பா பூமி பேக்கை கொண்டா”என பேக்கை வாங்கிக்கொண்டாள். இருவரும் வீட்டிற்குள் சென்றனர். கீத்து வீட்டிற்குள் குளிர்ச்சியான காற்று வீசிக்கொண்டு இருந்தது. பூமி குளித்து ரெடியாக அம்மா சூடாக முக்குளியை பரிமாறினாள். பூமி சாப்பிட தொடங்கினான். முக்குளி என்றால் பூமிக்கு ரெம்ப பிடிக்கும்! அதனால் அம்மா எப்போதும் அவனுக்கு ஆசையாக செய்து தருவாள். பூமி சாப்பிடுவதையே அம்மா கண்கலங்கியபடி பார்த்துகொண்டிருந்தாள். பூமி எதிரே சுவத்தில் பார்த்தான் அம்மா இவனின் வொர்க்கிங் ஸ்டில் படத்தை பிரேம் போட்டு பெரிதாக மாட்டியிருந்தாள், அது மெரினா திரைபடத்தில் பணி புரிந்தபோது நடிகை ஓவியாவுக்கு டயலாக் சொல்லிகொடுத்த போது எடுத்த ஸ்டில். அம்மாவை பார்த்து சிரித்துக்கொண்டான்.

பூமி சாப்பிட்டுவிட்டு வாசலில் அமர்ந்தான். எதிரே இரண்டு நாய்கள் ஓடிக்கொண்டு இருந்தது. தூரத்தில் சீனுவும், முத்துவும் வருவது தெரிந்தது. மூன்று சிறுவர்கள் பேசிக்கொண்டே சைக்கிளை தள்ளிக்கொண்டு போனார்கள். ஒரு குஞ்சு பொறித்த கோழி குப்பையை கிளைத்து குஞ்சுகளுக்கு இரை ஊட்டி கொண்டிருந்தது. மூவரும் பார்த்து சிரித்துக்கொண்டு, அம்மாவிடம் சொல்லிவிட்டு

வெளியே கிளம்பினார்கள். “இவங்களோட சேர்ந்து சுத்திக்கிட்டு திரியாம்மா. மதியம் சாப்பாட்டுக்கு வந்துருப்பா”என அம்மா சொன்னாள். மூவரும் அய்யனார் கோயில், தாமரைக்குளம், வயல்வெளிகள், ஆலமரத்தில் இப்படி பேசிய போதெல்லாம் ஈஸ்வரியை பற்றி யாரும் ஒரு வார்த்தை பேசவில்லை?

சீனு நடிகைகளை பற்றி துருவித்துருவி குருவிகள் அரிசிக்குருனையை சிறுகச் சிறுக சேர்ப்பது போல் சேகரித்து கொண்டான். அவன் அதிகமாக நயன்தாராவை பற்றி கேட்டுக்கொண்டே இருந்தான். எரிச்சலடைந்த பூமி “பேச்சை கம்மி பண்ணு சீனு, நாட்டுல எத்தனையோ பிரட்சனை இருக்கு.? அதை விட்டுட்டு எதை எதையோ கேட்குறியே”அத்துடன் சீனு பேச்சை நிறுத்திக்கொண்டான். முத்து அமைதியாக இருந்தான், மூவரும் மேற்கொண்டு எதுவும் பேசிக்கொள்ளாமல் களைந்து சென்றனர். பூமி வெளியில் கட்டிலில் படுத்திருந்தான், அவனுக்கு ஈஸ்வரியின் நினைப்பு வந்தது. குளிர்ச்சியான காற்று அந்த இடமெங்கும் பரவி இருந்தது. பூமி நினைவில் ஈஸ்வரி வருவதும் மறைவதுமாக இருந்தாள். நிலா வெளிச்சம் பகல் போன்று இருந்தது. வானில் மேகங்கள் திட்டு திட்டாக மௌனமாக சென்றது. பூமி அன்று ஈஸ்வரி நினைப்பிலேயே தூங்கி போனான்.

மறுநாள் முற்றத்தில் பூமி, செல்லம்மாள், சீனு, முத்து, காந்திமதி அனைவரும் சாப்பிட்டு கொண்டு இருந்தனர். சீனுவுக்கும், முத்துவுக்கும் அன்று பூமி வீட்டில் தான் சாப்பாடு. இவர்களுக்கு வலது புறத்தில் ஒரு வேப்பமரமும், இடது புறத்தில் ஒரு வேப்பமரமும் இருந்தது. இவர்கள் நிமிர்ந்து பார்த்தால் மரக்கிளைகளுக்கு இடையே நிலா அழகாக தெரியும்! பல விசயங்கள் இவர்களின் பேச்சில் இருந்தது. பூமி சூடப்பொடி மீனை நன்றாக சுவைத்து சாப்பிட்டான். சீனு மீன் மண்டையை மொரு மொருவென மென்று சாப்பிட்டான். அதை அருவெருப்போடு முத்து பார்த்துக்கொண்டு இருந்தான். இவர்களுக்கு எதிரே கருப்பு நாய் ஒன்று இழப்பாரிக்கொண்டு தனக்கு எதாவது கிடைக்குமா என எதிர் பார்த்துக்கொண்டு காத்திருந்தது அதன் கண்கள் நிலவொளியில் மின்னியது.

காந்திமதி தான் ஈஸ்வரியின் பேச்சை ஆரம்பித்தாள். அவள்

முடி காற்றில் பறந்து கொண்டு இருந்தது. “டேய் முத்து ஈஸ்வரி அம்மாவுக்கு இப்ப எப்படிடா இருக்கு. ?” “இப்ப பரவாயில்லக்கா டாக்டர் வந்து பாத்துட்டு சரியாயிரும்னு சொல்லிருக்காரு”முத்து சொல்லும் போதே அவனின் குரல் கம்மியது. “பாவம் எப்படி இருந்த குடும்பம்,இப்ப எப்படி கெடக்கு பாரு.? ஈஸ்வரி புள்ளைக்கு வேற கல்யாணமாகாம கெடக்கு.! அந்த கொள்ளைக்கார பயலுவ குடும்பம் நாதியத்து கெடக்க இப்படி பண்ணிட்டு போயிட்டானுங்களே.? பணத்த பூரா கொள்ள அடிச்சிட்டு, ஈஸ்வரி அப்பாவையும் வங்கொலையா அடிச்சி போட்டுட்டு போய்ட்டானுங்களே. ஊரே சேந்து அவருக்கு வைத்தியம் பாத்தும் பயனில்லாம்ம செத்து போயிட்டாரே. எப்படி வாழ்ந்த குடும்பம் இன்னைக்கு சோறு தண்ணிக்கே கஷ்டப்படுதே.? அந்த கொள்ளக்காரனுங்க வீட்டுல எளவு விழுவ, காடாத்து கருமாதி கூட்ட”எனகண்கலங்கியபடியே சொல்லிக்கொண்டு இருந்தாள் செல்லம்மாள். அவளின் முகம் வியர்த்திருந்தது. அதற்குமேல் பூமியால் சாப்பிட முடியவில்லை? அழுகை முட்டிக்கொண்டு வந்தது,நெஞ்சு அடைத்து கொண்டது.ஈஸ்வரியின் அழுகை சத்தம் கேட்பதாக உணர்ந்தான். அங்கிருந்து எழுந்து போய்விட்டான். இரவு சரியாக உறங்கவில்லை. விடிந்தால் திருவிழா.

பொழுது மெதுவாக விடியதொடங்கியது. அய்யனார் கோவிலில் திருவிழா அமர்க்களப்பட்டது! ஆடு கோழிகளை பூசாரி பூச்சிஅய்யா பலிகொடுத்து கொண்டிருந்தார். சிறு பிள்ளைகளும், பெரியவர்களும், திருவிழாவுக்கு வந்தவர்களும் அதை வேடிக்கை பார்த்து கொண்டிருந்தனர். ரேடியோ “கொர் கொர்”என முனங்கி கொண்டு இருந்தது. மைக்கில் ஒருவன் “உங்கள் செவிகளை அலங்கரித்து கொண்டு இருப்பது. மாரி சவுண்ட் சர்வீஸ் மின்னத்தூர்”என பேசிக்கொண்டு இருந்தான். ரேடியோ மறுபடியும் “உய்ய்ய்ய்ய்ங்க், கொர்”என சப்தம் எழுப்பி கொண்டிருந்தது. சாமியாடிகள் பேய் பிடித்தவர்களை பேய்யோட்டி கொண்டிருந்தனர். விளையாட்டு பொருட்களின் கடைகள் அதிகமாக காணப்பட்டது. அங்கொன்றும் இங்கொன்றுமாக மக்கள் கூட்டம் சிதறிக்கிடந்தது.

சாமிக்கு அர்ச்சனை செய்துவிட்டு அம்மாவுடன் திரும்பிய போது எதிரே ஈஸ்வரி பூமியை பார்த்துவிட்டு கண்களை இறுக

மூடிக்கொண்டு சென்றாள். அவள் போவது பூமிக்கு அவுட்டாப் போக்கசில் தெரிகிறது. அம்மாவை முன்னே அனுப்பிவிட்டு பூமி ஈஸ்வரியை நோக்கி சென்றான். அவள் இப்போது வேகமாக சென்று கொண்டிருந்தாள், அவள் கட்டியிருந்த ஊதாநிற வாயல் புடவை காற்றில் ஆடிக்கொண்டே சென்றது. பூமி அவளின் இந்த நிலைமையை நினைத்து வருந்தினான். அவனுக்கு தலை வலிக்க தொடங்கியது. பார்க்கும் இடமெல்லாம் மங்கலாக தெரிந்தது! மேற்கொண்டு அவனால் நடக்க முடியவில்லை, நெஞ்சை பிடித்துக்கொண்டு வீடு வந்து சேர்ந்தான். ஈஸ்வரி அவதிப்படும் ஊரில் பூமிக்கு இருக்க பிடிக்கவில்லை, முடிவு செய்து விட்டான். “அம்மா நான் ஊருக்கு போறேன்”பூமி துக்கத்தை அம்மாவிடம் காட்டிக்கொள்ளாம்மல் சொன்னான். “ஏம்பா என்னாச்சு நாலு நாள் தங்குறேனு சொன்னியே.? திடீர்னு இப்ப கௌம்புறேனு சொல்ற. எதையும் உனக்கு ஆக்கி ஊத்த முடியலையே.? இம்புட்டு நாள் கழிச்சி வந்த ஒடனேயே போறியேப்பா” “இல்லம்மா டைரக்டர் போன் பண்ணிட்டாரு, படம் ஆரம்பிக்க போறாங்களாம். அதான் வரச்சொல்றாரு நான் போகணும்மா” அவன் முகத்தில் மலர்ச்சி காணப்படவில்லை, முகம் வியர்த்திருந்தது. அப்போது தெருவில் ஒரு மீன்காரரர் மீன் விற்கும் சத்தம் கேட்டது. அம்மா சொன்னாள் “சரி சாயங்காலம்மா கௌம்புப்பா” பூமி “சரி” என ஒத்துக்கொண்டான். சாப்பிட்டுவிட்டு சிறிது நேரம் தூங்கியவன், பின்பு எழுந்து பேக்கில் கொண்டு வந்த அனைத்து பொருட்களையும் எடுத்து வைத்துக்கொண்டான். ஏதோ சம்பிரதாயத்துக்கு ஒரு குளியலை போட்டுவிட்டு, ஒரு சாதாரண சட்டையை அணிந்துகொண்டு பேக்குடன் வெளியே வந்தான். அம்மாவை பார்த்து“அம்மா நான் போயிட்டு வர்றேன்” என்றான். பூமியை பார்த்து அம்மா சோகமாக “டேய் பூமி ஒரு பத்து நாள் கூட இருக்காம, இப்படி வந்ததும் வராததும்மா ஓடுறியேப்பா.? இரு பஸ்ஸ்டாப் வரைக்கும் நானும் வாரேன்” இருவரும் பஸ்டாப் நோக்கி நடந்தனர். பூமிக்கு யாரிடமும் சொல்லிக்கொள்ள பிடிக்கவில்லை. அமைதியாக நடந்தான்.

பஸ் நிறுத்தத்தில் ஒன்று இரண்டு பேரை தவிர யாரும் இல்லை. பஸ் 5 மணிக்குதான். அம்மா தொடர்ந்து பேசிக்கொண்டே இருந்தாள். பூமி அமைதியாக இருந்தான். தஞ்சாவூருக்கு

கீரைகட்டுகளை விற்பனை செய்யும் பெண்கள் இருவர், கீரைகளை சாக்குமூட்டையில் கட்டிகொண்டு வந்து பஸ்சுக்காக காத்திருந்தனர். தூரத்தில் ஈஸ்வரி வந்துகொண்டிருந்தாள். அப்போது மழை லேசாக தூறல் போட்டுக்கொண்டிருந்தது! ஈஸ்வரி அழகாகவே இருந்தாள். அவளின் முகத்தில் மழைத் தூறல்கள் சிதறிக்கிடந்தன. கையில் ஒரு பெரிய பேக் வைத்திருந்தாள். ஈஸ்வரி பூமி, செல்லம்மாள் இருவரையும் பார்த்துவிட்டு சோகமாக தலையை கிழே குனிந்துகொண்டாள். செல்லம்மாள் தான் பேச்சை ஆரம்பித்தாள் “என்னம்மா ஈஸ்வரி எங்க கௌம்பிட்ட.?” அவள் வைத்திருந்த சாந்து பொட்டு மழை நீரில் அழிந்து அவள் புருவத்தில் படர்ந்திருந்தது. எனக்கு சென்னையில டீச்சர் வேல கெடச்சிருக்கு. அதான் சென்னை போறேன்” ஈஸ்வரி செல்லம்மாளுக்கு பதில் கூறினாள். இப்போது பூமியும், ஈஸ்வரியும் பார்த்துக்கொண்டனர். இவர்களுக்கு முன்னே செல்லம்மாள் நின்றுகொண்டு மழையின் தூவனையை ரசித்துக்கொண்டு இருந்தாள்! நான்கைந்து ஆடுகள் மழைக்காக பஸ்டாப்பில் ஒரு ஓரமாக ஒதுங்கி நின்றன.

மீண்டும் பூமி ஈஸ்வரியை பார்த்தான், அவளும் இவனை பார்த்துக்கொண்டிருப்பது தெரிந்தது. மழை நீர் பட்டு அவள் தலைமுடி நெற்றியோடு ஒட்டிப்போயிருந்தது. அவளின் கைகள் கருப்பு நிறமும் இல்லாமல் செவப்பு நிறமும் இல்லாமல் மாநிறமாக இருந்தது, கைகளில் முடி மழைநீர்ப் பட்டு ஒட்டிப் போயிருந்தது. பூமி அவள் அருகே சென்றான்? ஈஸ்வரி என்ன செய்வது என்று தெரியாமல் நின்றாள்! இப்போது மழைத்தூறல் இல்லை. காற்று வீசவில்லை. கருமேகங்கள் திரண்டு அப்படியே நின்றது. பூமி ஈஸ்வரியின் கைகளை இறுக பற்றிக்கொண்டான். அவள் கண்கள் கலங்கியும், சிவந்தும் போயிருந்தது. திரும்பி பார்த்த செல்லம்மாள் இப்போது ஒன்றும் சொல்லவில்லை! அவனுக்கு ஈஸ்வரிதான் “சரி” என்று அவளுக்கு பட்டது. இப்போது மழைத்தூறல் பொழிய தொடங்கியது. காற்று வீசியது. கரு மேகங்கள் பூமியை நோக்கி வேகமாக வந்துகொண்டிருந்தன.

சைவமும் அசைவமும்

குமாரி வேகமாக சீலிங் பண்ணிக்கொண்டிருந்தாள். ஆறு மணிக்கு பெரிய கோவிலில் நந்திக்கு பிரதோஷம். போயே ஆக வேண்டும்.! போக வேண்டும் என்று ஒரு வாரமாக நினைத்துக்கொண்டிருந்தாள். இன்னைக்கினு பாத்து நூறு பை சீலிங் இல்லாமல் வந்து விட்டது. குமாரிக்கு கடுப்பாக இருந்தது.

மணி ஐந்து இருபது ஆனது. இன்னும் ராஜியை வேறு காணோம்.? குமாரிக்கு மனசு “படக் படக்” கென்று அடித்துக் கொண்டது. ராஜிக்கு போன் போட்டாள். போனை எடுத்தவன் “என்ன.?” என்றான். “என்னவா.? காலையில என்ன சொன்னேன்.? பெரிய கோவிலுக்கு சாயங்காலம் போகலாம்னு சொன்னேன்ல.? அத மறந்துட்டு. எவ நெனப்புல இருக்க. ?” “என்ன குமாரி இப்புடி பேசுற.? சத்தியமா உன்ன தான் நெனச்சுக்கிட்டு இருந்தேன். நாளைக்கு கல்யாணம் பண்ணிக்க போற. உன்ன தான நினைக்க முடியும்.? அப்புடியே ஒவ்வொரு நாளும் சித்ரவதப்படுத்திக்கிட்டு இருக்க தெரியுமா. ?” ராஜி கிறக்கத்தில் பேசினான். “எல்லாம் தெரியும். தெரியும். மொதல்ல இங்க வந்து சீலிங் இல்லாம பையை ஓட்டிட்டேன். சீலிங் பண்ணிக்கொடு.” “அம்பது கேஜ் கேரி பேக்க அடுக்கிட்டு இருக்கேன். முடிஞ்சவுடன வந்துர்றேன்.” “சீக்கிரம் வா அவசரம்.” குமாரி ராஜியை அவசரப்படுத்தினாள். செல் போனை கட் பண்ணிவிட்டு பேக்கில் போட்டுக்கொண்டாள்.

குமாரி வேகமாக கேரி பேக்கை சீலிங் பண்ணிக்கொண்டிருந்தாள். கொஞ்சம் கேரிபேக் பைகளை எடுத்து வேஸ்ட் மூட்டையில் போடலாம் என்றாள். போர் மேன் பார்த்துக் கொண்டே இருக்கிறான். குமாரிக்கு எரிச்சலாக இருந்தது போர் மேனை பாக்க பாக்க. “துப்புகெட்ட பய அஞ்சு மணிக்கு மேல ஆகுது. இன்னும் போகாம என்ன.? பண்றான். குட்டி காட்டுகல சைட் அடிச்சிக்கிட்டே உக்காந்துருக்கான். மானங்கெட்ட பய.” என மனதில் திட்டிகிட்டே கேரி பேக் பையை சீலிங் பண்ணிக் கொண்டிருந்தாள்.

வேலை முடியும் நேரம் என்பதால் அந்த பிளாஸ்டிக் கம்பெனியில் ஆண்களும் பெண்களும் வேகமாக வேலை பார்த்துக் கொண்டிருந்தனர். அங்கு வேலை பார்ப்பவர்களில் இளம் பெண்கள் தான் அதிகமாக இருந்தனர். கட்டிங் மிஷின் சூடாக இருந்தது. மெயினை போய் ஆப் பண்ணிவிட்டு வந்து, வேகமாக சீலிங் பண்ணிக் கொண்டிருந்தாள். நல்ல வேலையாக ராஜியும் வந்து சேர்ந்து கொண்டான். இருவரும் வேகமாக சீலிங் பண்ணினார்கள். குமாரி அவசரப் படுத்தினாள் "போயி ஒட்டுன பைய சூப்ரைசர்கிட்ட கணக்கு குடுத்துட்டுவா." ராஜி கேரி பேக் அடுக்குகளை தூக்கிக் கொண்டு ஓடினான். குமாரி இன்னைக்கு பதினான்காயிரம் கேரி பைகளை ஒட்டி விட்டாள்.! அவள் ஒட்டியதிலேயே இன்னைக்கு தான் அதிகமான பைகளை ஒட்டிவிட்டாள். சீலிங் இல்லாமல் ஒட்டாமல் இருந்தால். பதினாறாயிரம் ஒட்டியிருப்பாள். அது முடியாமல் போய் விட்டது. குமாரி சீலிங் பண்ணிய பைகளை தூக்கி கொண்டு ஓடி சூப்ரைசரிடம் கணக்கு கொடுத்துவிட்டு, அவுட் டைம்மை நோட்டில் போட்டு விட்டு வேகமாக ஓடி வந்தாள். அவள் பின்னாடியே ராஜும் ஓடி வந்தான். இருவரும் வாட்ச்மேனிடம் டிப்பன் பாக்ஸை திறந்து காட்டி விட்டு வெளியே வந்தனர். சக்கரை ஆலையில் இருந்து வரும் முப்பத்தி ஒன்றாம் நம்பர் பஸ் வந்து கொண்டிருந்தது. குமாரி பஸ்ஸைக் குறுக்கே ஓடி மறைத்தாள். டயரை தேய்த்து கொண்டு பஸ் நின்றது. இருவரும் வேகமாக ஏறிக்கொண்டனர்.

பஸ் போய்க்கொண்டிருந்தது. காலியாக இருந்த ஒரு சீட்டில் இருவரும் அமர்ந்து கொண்டனர். குமாரியை உரசிக் கொண்டு உட்காந்திருப்பது, ராஜிக்கு கதகதப்பாக இருந்தது.

இரண்டு வருடங்களுக்கு முன்பு தான் ராஜி அந்த கமலா பிளாஸ்டிக்கில் வேலைக்கு சேர்ந்தான். மேலவஸ்தாசாவடியில் இருந்தது அந்த பிளாஸ்டிக் கம்பெனி. அந்த கம்பெனியின் உரிமையாளர் சுப்புரமணிய செட்டியாரின் மகன் வள்ளியப்பன். பிளாஸ்டிக் கம்பெனியும், லெட்சுமி சீவல் கம்பெனியும் சேர்ந்திருந்தது. ராஜிக்கு நான்கு மாதங்களுக்கு பின்பு தான் குமாரி வேலைக்கு சேர்ந்தாள். சீக்கிரத்தில் இருவருக்கும் தோழமை உணர்வு ஏற்பட்டு பின்பு காதலானது.

குமாரிக்கு தஞ்சை பெரிய கோவில் என்றால் உயிர்.! அவள் தினமும் வேலை முடிந்தவுடனே பெரிய கோயிலுக்கு போய்விடுவாள். ராஜியும் அவள் பின்னே போய்விடுவான். அவர்கள் போய் சேரும் நேரம் இருட்டி விடும். அந்த இருட்டு நேரத்தில் பெரிய கோவில் பார்ப்பதற்கு சூப்பராக இருக்கும்.! குமாரி அதன் அழகில் சொக்கிப் போய்விடுவாள்.! அதுவும் பெரிய கோவிலின் கோபுரம் லைட் வெளிச்சத்தில் அழகாக இருக்கும்.! அதற்கு மேலே நிலா வேறு அழகாக தோன்றி இருக்கும்.! உலகத்தின் அழகே அங்கு தான் கொட்டிக்கிடந்தது.! பெரிய கோவிலின் அழகில் குமாரி அடிமைப் பட்டு கிடந்தாள்.

பெரிய கோவிலின் வலது பக்கம் புது ஆறு அழகாக ஓடிக்கொண்டிருந்தது. கோவிலை சுற்றி உயரமான மதில் சுவர்கள் அழகாக இருந்தது.! முன்பக்கம் இரண்டு மூன்று கோபுரங்கள், நடுவில் நந்தி சிலை இருந்தது. பெரிய கோவிலில் இல்லாத சாமிகளே இல்லை. இந்து கடவுள்கள் அனைவரும் அங்கிருந்தனர். கண்டக்டர் ராஜி அருகே வந்தார். சோழன் சிலைக்கு இரண்டு டிக்கெட் எடுத்துக் கொண்டான். அவனின் முழுப்பெயர் ராஜி ஈஸ்வரன் எல்லோரும் ராஜி என்று தான் அழைப்பார்கள். குமாரியின் முழுப்பெயர் ரங்கநாயகி எல்லோரும் குமாரி என்று தான் அழைப்பார்கள்.

ராஜி வேண்டும் என்றே குமாரியை இடித்தான். அவள் கோவிலுக்கு போகும் ஆவலில் கண்டுகொள்ளவில்லை. ராஜி மேலும் மேலும் இடித்து சிற்றின்பத்தில் மூழ்கி கொண்டிருந்தான். ராஜி மெதுவாக குமாரியின் கையை பிடித்தான். குமாரி கையை மெதுவாக எடுத்துவிட்டு அவன் தொடையில் பலமாக கிள்ளினாள். "அய்யோ." என்று கத்தி விட்டு அத்துடன் அவன் அத்து மீறலை நிறுத்திக்கொண்டான்.

பஸ் மகளிர் காவல்நிலையத்தை கடந்து. பெரியகோவில் அருகே சென்றது. குமாரி பெரியகோவிலை பார்த்து கும்பிட்டுகொண்டாள். சோழன் சிலை நிறுத்தத்தில் இருவரும் இறங்கிக் கொண்டனர். குமாரி வேகமாக நடந்தாள். ராஜி பின்னாலேயே சென்றான். குமாரி பெரிய கோவிலுக்கு போய் ஒரு மாதம் ஆகிவிட்டது.! அவள் உறவினர் இறந்ததால், ஜோசியர் "ஒரு மாதத்துக்கு கோவில்

குளத்துக்கு போககூடாது." என்று சொல்லி விட்டார். அதனால் பஸ்சில் போகும் போது குமாரி சோகமாக பெரிய கோவிலை பார்த்துக் கொண்டு போவாள்.

இன்று பெரிய கோவிலை முழுமையாக ஒரு மாதத்துக்கு பின்பு பார்க்க போகிறாள். ஆனந்தத்தில் குமாரி போய்க்கொண்டு இருந்தாள். இருவரும் கோவிலை அடைந்தனர். குமாரி பூக்கடையில் செருப்பை விட்டுவிட்டு வந்தாள். ராஜியும் செருப்பை விட்டான். குமாரி வாசலில் நின்ற யானைக்கு காசு போட்டாள். யானை தும்பிக்கையால் குமாரியின் தலையில் ஆசிர்வதித்தது. யானைக்கு பயந்து கொண்டு ராஜி தூரத்தில் நின்று கொண்டான். குமாரி அவனை பார்த்து சிரித்து விட்டு கோவிலுக்குள் சென்றாள். பின்னாடியே ராஜியும் சென்றான். குமாரியை காணவில்லை.? கூட்டம் அதிகமாக இருந்தது. சுத்தி சுத்தி ராஜி அவளை தேடிப் பார்த்தான் அவளை காணவில்லை. ராஜி அப்படியே சோர்ந்துபோய் தரையில் அமர்ந்து விட்டான்.

நந்திக்கு பால் அபிஷேகம் மஞ்சள் அபிஷேகம் செய்யப்பட்டது. கூட்டம் கட்டுக் கடங்காத கூட்டம்.! ராஜி குமாரியை காணாமல் திகைத்து போய் நின்றான். நந்திக்கு அபிஷேகம் எல்லாம் முடிந்தது. கூட்டம் கொஞ்சம் கொஞ்சமாக குறைய தொடங்கியது. ராஜி குமாரிக்கு போன் போட்டான் அவள் போனை எடுக்கவே இல்லை. கோபத்தில்அங்குமிங்குமாக தேடினான். அவள் கிடைக்கவில்லை. மெல்லிய விளக்கொளியில் பெரிய கோவில் அழகாக இருந்தது.! குமாரி பெரிய கோவில் கோபுரத்தை திகைத்து போய் பார்த்துக் கொண்டிருந்தாள். கோபுரத்தை சுத்தி பனிப் பொழிவு படர்ந்திருந்தது. வானம் கருமையாக படர்ந்து இன்னும் கோபுரத்துக்கு அழகு சேர்த்தது.! கோபுரத்தின் கலச விளக்கு அழகாக எரிந்து கொண்டிருந்தது.

கோயிலின் உள் புறம் அகல் விளக்குகளால் அற்புதமாக இருந்தது. ராஜி குமாரியை தேடித் தேடி களைத்துப் போனான். இப்போது கூட்டம் அவ்வளவாக இல்லை. சில பேர்களே கோயிலுக்குள் இருந்தனர். ராஜி மறுபடியும் போய் நந்தி பக்கம் சுத்தி பார்த்தான். குமாரி புல்வெளியில் படுத்துக்கொண்டு பெரிய கோவிலின் கோபுரத்தை ரசித்து கொண்டிருத்தாள்.! ராஜிக்கு

அப்படியே அவள் தலையில் அடிக்க வேண்டும் போல் இருந்தது. கோபத்தை குறைத்துக் கொண்டு குமாரி அருகே அமர்ந்தான். குமாரி இவன் வந்ததை கவனிக்கவில்லை. கோபுரத்தின் அழகில் லயித்துப் போயிருந்தாள்.

ராஜி அவள் முகத்தை பார்த்தான். அழகான கண்கள்.! சிவந்த உதடுகள்.! வரிசையான வெள்ளைப் பல் வரிசை.! சதைப் பற்றுடைய கன்னங்கள்.! அவள் அழகில் அவன் கோபம் குறையத்தொடங்கியது. ராஜி அவளையே பார்த்துக் கொண்டிருந்தான். மெல்ல அவள் நீண்ட விரல்களின் மீது கை வைத்தான். அப்போது தான் குமாரி சுய நினைவுக்கு வந்தாள். திரும்பி ராஜியை பார்த்தாள். அவன் கண்கள் உக்கிரமாக அவளை பார்த்தது.? குமாரி பார்வையை வேறு பக்கமாக திருப்பிக் கொண்டாள். அவன் என்ன.? செய்வான் என அவளுக்கு தெரிந்திருந்தது.? மெதுவாக எழுந்து நடந்தாள். ராஜியின் உணர்வுகள் மெல்ல அடங்கி அவனுக்குள் கோபம் எட்டி பார்த்தது. குமாரியின் பின்னே வேகமாக சென்றான்.

இருவரும் கோயிலுக்கு வெளியே வந்தனர். குமாரி திரும்பி ஒரு முறை கோயில் கோபுரத்தை பார்த்தாள். ராஜிக்கு கடுப்பாக இருந்தது. இருவரும் பேசிக்கொள்ளவில்லை. மணி ஒன்பதை நெருங்கிக் கொண்டிருந்தது. இப்போது நிலா வெளிச்சத்தில் பெரிய கோவில் இன்னும் அழகாக இருந்தது.

ஒரு மைல் தூரம் நடந்தே இருவரும் பழைய பஸ்நிலையம் வந்தனர். இருவரும் பால் கடையில் கற்கண்டு பால் சாப்பிட்டனர். குமாரி கடைக்காரரிடம் காசை கொடுத்துவிட்டு கடையை விட்டு வெளியே வந்தாள். கடை வாசலில் ராஜி நின்று கொண்டிருந்தான். இருவரும் பார்த்துக் கொண்டனர். குமாரிக்கு பள்ளியக்ரஹாரம். திருவையாறு பஸ் நிறுத்தம் அருகே பள்ளியக்ரஹாரம் போகும் மினி பஸ் நின்றது. மின் பஸ்ஸில் அவள் அப்படி ஒன்றும் அழகில்லை பாடல் ஒழித்துக் கொண்டிருந்தது.! இருவரும் அருகருகே நின்றனர். குமாரி “நான் போயிட்டுவரேன்.” என்றாள். “ஏய். ஏய். ஒ. கையை பிடிச்சுக்கிட்டு. கீழ வீதி வரை நடந்து போகணும் போல இருக்குப்பா.? என ராஜி கெஞ்சலாக கேட்டான்.” அய்யோ இது பஸ்டாண்டு. ஊருக்காரவங்க யாராவது

பாத்தா. அப்புறம் எங்கப்பாட்ட சொல்லிருவாங்க. அப்புறம் நீ என்னோட சுத்த முடியாது. உன் தலையில நீயே மண்ண அள்ளி போட்டுக்காத.?" குமாரியை அப்படியே ஏக்கத்தோடு பார்த்தான் ராஜி. குமாரி பஸ்சில் ஏறிக்கொண்டாள். ராஜி வைத்த கண் வாங்காமல் அவளையே பார்த்துக் கொண்டிருந்தான். மினி பஸ் புறப்பட்டு போய்க்கொண்டிருந்தது.

குமாரி சாப்பிட்டு விட்டு மொட்டை மாடிக்கு வந்தாள். அவளை சுற்றி ஜில்லிப்பான காற்று.! அவ்வப்போது அவளை வருடிக்கொண்டு போனது. குமாரி பெரிய கோயில் கோபுரத்தை பார்த்தாள். அது தூரத்தில் அழகாக தெரிந்தது.! அவளை சுத்தி வயல்கள்.! வயல்களில் இருந்து நெற்கதிர்களின் வாசம் குமாரியின் மூக்கு நாசியில் ஏறியது.! அவள் கண்கள் மூடிக்கொண்டு பரவசத்தில் இருந்தாள். குமாரிக்கு ராஜி ஈஸ்வரனை தாண்டி என்னமோ பெரியகோவில் அழகில் தான் சொக்கிப் போய் கிடந்தாள்.

தூறலாய் அவ்வப்போது பொழிகிறாய்

திரிசூலத்தில் நின்ற மின்சார ரெயில் "ம்ம்ம்ம்" என்ற சத்தத்துடன் வேகம் பிடித்து ரெயில் செல்லச் செல்ல "டட் டட் தடக் டட் டட் தடக்" என வேகமாக சென்று கொண்டிருந்தது. கார்த்தி இறுக்கமான முகத்துடன் நின்று கொண்டிருந்தான். மூன்று நாட்களாக அவளை பார்க்கவில்லை. இன்று ஞாயிற்றுக்கிழமை அவள் வரமாட்டாள். வெள்ளி சனி ஏன் ? வரவில்லை. அவன் சோர்வடைந்து கைப்பிடியைப் பிடித்துக் கொண்டு பக்கத்தில் உள்ள கம்பியில் சாய்ந்தான்.

ரெயில் ஹாரன் அடித்து, "விஷ்" என்ற சத்தத்துடன் தாமஸ் மவுண்டில் நின்றது. கட்டிட வேலைக்கு செல்வோர் இறங்கிக் கொண்டனர். இறங்குவோர் ஏறுவோரின் சத்தம் கேட்டுக்கொண்டே இருந்தது. வெளியூர் செல்லும் விரைவு ரெயில் "பாம் பம் டன் டக் கடக் டன் டக் தடக் தடக்" என ஹாரன் எழுப்பிக் கொண்டும் பயங்கர சத்தத்துடன் மிக வேகமாக போய்க்கொண்டிருந்தது.

நின்ற ரெயில் "கொர்ர்ம்ம்ம்" என்ற சத்தத்துடன் மீண்டும் வேகம் பிடித்தது. கார்த்தி மெல்ல நகர்ந்து காலியாக உள்ள இருக்கையில் தான் கொண்டு வந்த பேக்கை வைத்து விட்டு தானும் அமர்ந்தான். அருகில் உள்ள இளம் பெண்களைப் பார்த்தான். அவளை போன்றே எல்லோரும் தெரிந்தார்கள்.! கண்களை மூடிதிறந்து பார்த்தான். அவள் இல்லை. அவள் எங்கும் இல்லை, "எங்க போன சிச்சினா. ?" என தனக்குள் நொந்துபோனான். அவள் வராத நாட்களில் செத்துவிடலாம் போல் தோன்றுகிறது அவனுக்கு. நன்றாகத்தான் தாம்பரம் டு பீச் ஸ்டேஷன் ரெயிலில் வந்து போய்க் கொண்டிருந்தான். அப்பா செய்த துணிக்கடை வியாபாரத்தையே, அப்பா இறந்த பின்பு வீட்டிலேயே வைத்து செய்தான். அம்மாவும் கல்லூரி போகும் தங்கையும் உதவி செய்து வந்தனர்.

அழகான எவ்வளவோ ஃபிகர்கள் துணி எடுக்க வீட்டிற்கு வரும் போதெல்லாம் வராத காதல் இந்த பிரியா மேல் எப்படி வந்தது.! அவனுக்கு தெரியவில்லை.? அந்த அழகி அவனை இப்போது உலுக்கி எடுக்கிறாள். எத்தனையோ முறை ஹோல்செல் கடைக்கு துணி எடுக்க, அளவு சின்னதான சுடிதார்களை மாற்ற வந்திருக்கிறான். அப்போதெல்லாம் அவளை ஒரு முறை கூட பார்த்ததில்லை. தம்புசெட்டி தெருவில் உள்ள ஹோல்செல் கடைக்கு வரும் போது கூட அவளை பார்த்ததில்லை. “சிச்சினா நான் உன்னை எப்போது பார்த்தேன்.?” இருக்கையில் சாய்ந்து கண்களை மூடுகிறான். (flashback) பொண்ணு கிடைச்சாலும் புதன் கிடைகாதும்பாங்க. கார்த்திக்கு பொண்ணும் கிடைச்சி புதனும் கிடைச்சுச்சு. அவசரமா ஒரு கஷ்டமருக்கு துணி மாத்தி கொடுக்க வேண்டிவந்தது. தாம்பரம் ஸ்டேஷனில் மின்சார ரெயில் ஏறி வந்து கொண்டிருந்தான். காலையில் எட்டு மணி ஆகியும் பனிக் கொஞ்சமும் குறையவில்லை. எங்கு பார்த்தாலும் பனி படலம்.! குனிந்து வெளியே பார்த்தான். சில்லுனு ஒரு அழகான பனிக்காற்று இவனை தொட்டு செல்கிறது. கார்த்தி செல்லும் ரெயில், புது ரெயில் சத்தமே இல்லாமல் செல்கிறது. உயரே தொங்கும் கைப்பிடிகளையே பார்த்துகொண்டு வந்தான். அது அழகாக ஆடிக்கொண்டு இருந்தது.

“டடக் தடக் டடக் ம்ம்ம் ஸ்ஸ்ஸ்” என்ற சத்தத்துடன் பழவந்தாங்கலில் மின்சார ரெயில் நின்றது. ரெயில் நிலைய அறிவிப்பாளர் “சென்னை கடற்கரை வரை செல்லும் மின்சார ரெயில், இரண்டாவது தடத்தில் நிற்கிறது” என தமிழிலும் இந்தியிலும் ஆங்கிலத்திலும் மாறி மாறி அறிவித்துக்கொண்டிருந்தார். அப்போது ஒருசிறுவன் “கமலா ஆரஞ்சு இருபது ரூபாய்க்கு நாலு நாலு” என கூவிக்கொண்டிருந்தான். சிறிது நேரம் பார்த்தான். யாரும் வாங்கவில்லை. பிறகு “இருபது ரூபாய்க்கு அஞ்சு கமலா ஆரஞ்சு அஞ்சு” என கூவினான். இருவர் வாங்கினர். காசை வாங்கி பாக்கெட்டில் வைத்தான். ரெயில் “ஹாரன்” அடித்தது சத்தம் எழுப்பிய ரெயில் மெல்ல நகரத்தொடங்கியது, சிறுவன் வேகமாக இறங்கி கொண்டவன். “நாலு கமலா ஆரஞ்சு இருபது ரூபாய்” என அடுத்த ரெயில் பிடிக்க ஓடினான்.

ரெயில் வேகமாக போய்க்கொண்டிருந்தது. கார்த்தி வயதான கிழவிக்கு இடம் கொடுத்துவிட்டு எழுந்து நின்று கொண்டிருந்தான். அப்போது “பிரியா. பிரியா. பிரியா.”என இரு இளம் பெண்ணின் சத்தம் கேட்டது. திரும்பிபார்த்தான். மூன்று இளம் பெண்கள் சிரித்துக்கொண்டு நின்றுகொண்டிருந்தனர். அதில் ஒருத்தி “என் பேரு பிரியா இல்ல சிச்சினா.” என சொல்லி சண்டையிட்டுகொண்டிருந்தாள். மற்றவள் “ஏய். பிரியா நீ உம் பேர சிச்சினானு மாத்துனா. நாங்க அப்படி கூப்பிடணுமா என்ன.? நாங்க பிரியான்னுதான் கூப்பிடுவோம்.” என்றாள். பிரியா “ஏய் அப்படி கூப்பிடாதீங்க. எனக்கு கோபம் வரும். வந்தா.? கன்னத்த புடிச்சி கிள்ளிருவேன்.” என சொல்லி கத்திக்கொண்டிருந்தாள்.

அப்போது ரெயில் பெட்டிக்குள் ஊடுருவிய காற்று அவள் துப்பட்டாவை அங்குமிங்குமாக விலக்கியது . அவள் அழகாக இருந்தாள். தலை நிறைய மல்லிகை பூ! நெற்றியில் திருநீறு எல்லோர் கண்ணும் அவள் மீது பட்டது. என் கண்ணும் கூட, அவள் திரும்பி தோழிகளோடு சண்டையிட்டுக் கொண்டிருந்தாள்.” இன்னொரு தடவை அவளை பார்க்கணும் போல இருந்துச்சு எனக்கு” குறும்பாக நான் “பிரியா. பிரியா“என கூப்பிடேன் அவள் “யாரு.? யாரு.? யாரு.? என்ன கூப்பிட்டது.” என என்னிடம் வந்தவள் என்னை பார்த்ததும் திரும்பி போய் விட்டாள். நான் அவளையே பார்த்துக் கொண்டிருந்தேன். மீண்டும் திரும்பி என்னை பார்த்தவள் என்ன நினைத்தாளோ தெரியவில்லை.? தலை குனிந்து கொண்டாள். ரெயில் “டடக் தடக் தடக்” என வேகமாக போனது. அன்று இரவு உறங்கி போன நான். விடியற்காலையில் விழிப்பு வந்து விட்டது. அப்போது அவளை நினைத்தேன்.! சிரிப்பு வந்து விட்டது எனக்கு.! “இன்றும் அவள் ரெயிலில் வருவாளா.? அவளை பார்க்கணும் போல் இருந்தது எனக்கு மறுபடியும்”.

பொழுது விடிந்தது வேகமாக தயாராகி அந்த மின்சார ரெயிலை பிடிப்பதற்காக தாம்பரம் ஸ்டேஷனுக்கு ஓடிவந்தேன். ரெயில் இன்னும் வரவில்லை. கடற்கரைக்கு ஒரு பயணச்சீட்டை டிக்கெட் கவுன்ட்டரில் காசை கொடுத்து பெற்றுக்கொண்டேன். ஒரு பெண் கொத்தமல்லித் தழைகளைச் சாக்கை விரித்து விற்பனைக்காக அடுக்கிக் கொண்டிருந்தாள். பல்வேறு வேலைகளுக்கு செல்லும்.

பல தரப்பட்ட மக்கள் அங்கும் இங்குமாக நின்று கொண்டிருந்தனர். உடல் எடை பார்க்கும் மிஷினில் கலர் கலராக லைட் எரிந்து கொண்டிருந்தது.

கார்த்தி தண்டவாளத்தில் உள்ள ரெயில்வே சிக்னலை பார்த்தான். பச்சை விளக்கு எரிந்தது. சிறிது நேரத்தில் “டன் டன் பாம்பம் ஷ்ஷ்ஷ்ஷ்” என்ற சத்தத்துடன் நின்றது மின்சார ரெயில். முகப்பில் மஞ்சள் லைட் எரிந்து கொண்டிருந்தது. முதல் வகுப்பு பெட்டியில் அமர்ந்து கொண்டான் கார்த்தி. ரெயில் காலியாக இருந்தது. எல்லா நிறுத்தங்களையும் கடந்து மின்சார ரெயில் வேகமாகப் பழவந்தாங்கல் வந்தது.

கார்த்தி அவள் “வருகிறாளா.?” எனபார்த்தான். வந்தாள் சிச்சினா. ஜென்ஸ் கம்பார்ட்மெண்டில் ஏறினாள். தோழிகள் “எதுக்கு ஜென்ஸ் கம்பார்ட்மெண்டுல ஏறுர.” என்றார்கள் சிச்சினா இவனை பார்த்துக் கொண்டே “ஏய். சும்மா வாங்கடி. நம்மள நல்லா சைட் அடிக்கிறாங்கள்ல. ஒரு நாலு பேத்த நின்னுக்கிட்டே வரவப்போம். ஆண் பெண் சமம் என சொல்லிட்டு. சமமா நடத்த மாட்டங்க. நாம தான் சமமா நடந்துக்கணும்” அவள் பேசிக்கொண்டிருப்பதையே ஆச்சரியத்தோடு கார்த்தி பார்த்தான். பிரியா பேச்சுகளுக்கு இடையே இவனையும் பார்த்துக் கொண்டு வந்தாள். “சிச்சினா. சிச்சினா.” என கார்த்தி கிண்டலாக கூப்பிட்டான். அவள் வெட்கத்தோடு பார்த்தாள். அப்போது பீச் ஸ்டேஷனில் ரெயில் நின்றது. தோழிகள் அவளை விட்டு பிரிந்து சென்றார்கள். அவள் பின்னாடியே கார்த்தி சென்றான். அவள் இவனைத் திரும்பிப் பார்த்துக்கொண்டே போனாள். ஒரு தனியார் நிறுவனத்தில் உள்ளே சென்றாள். இவன் நினைவு களைந்தது (fadeout) “டடக் தடக் டடக் விஷ்ஷ்” என்று மின்சார ரெயில் கோடம்பாக்கத்தில் நின்றது. கார்த்தி அங்கேயே இறங்கி தலையில் கை வைத்துக்கொண்டு சோகமாக அமர்ந்து விட்டான்.

கார்த்தியை கடந்து ஒரு எக்ஸ்பிரஸ் ரெயில் வேகமாக போய்க்கொண்டிருந்தது. விபசார பெண் ஒருத்தி தன்னை கிண்டல் செய்த இரு இளைஞர்களை ஆபாச வார்த்தைகளால் அர்ச்சனை செய்து கொண்டிருந்தாள். 15—நாள் பழக்கமாக இருந்தாலும் கார்த்தியை புரட்டிப் போட்டவள் பிரியா. தன் சோர்வைப் போக்க

எழுந்து ஒரு காபி வாங்கிகுடித்தான். அவனை சுற்றி இவ்வளவு ஃபிகருங்க இங்க நிக்கும் போது இந்த சிச்சினா மட்டும் எங்கே போனாள்? இவனை தவிக்கவிட்டு இவனுக்கு மேலே இருந்த டிவியில் டோகோமோ விளம்பரமும் அதனை கடந்து பி எஸ் என் எல் தீபிகா படுகோனே தோன்றும் விளம்பரமும் ஓடியது. அமைதிக்காக கண்களை இறுக மூடிக்கொண்டான்.

கண்களை மூடினாலும் சிச்சினா வந்தாள்(intercut)அன்னைக்கு பின்னாடியே போனவன். அவள் தனியார் நிறுவனத்தில் நுழைந்தவுடன் அங்கிருந்து சோகமாக நடந்தான். பின்பு அவனோட வேலையை எல்லாம் முடிச்சிட்டு, மாலை நேரம் பிரியா ஆபிஸ் வாசலில் நெடுநேரமாக காத்திருந்தான். சிச்சினா ஆறு மணி வாக்குல வெளிவந்தவள், அவன் நிற்பதை பார்த்துவிட்டு அதிர்ந்து போனாலும் முகத்துல சின்னதா ஒரு சிரிப்பு எட்டிப் பார்த்தது.

அதைக் காட்டிக் கொள்ளாமல் சிச்சினா கடைத்தெருக்களில் நடந்தாள். கார்த்தியும் பின்னே நடந்தான். இருவரும் பேரீஸ்கார்னர் வந்தனர். சிச்சினா ஒரு ஷேர் ஆட்டோவை மறித்து ஏறினாள். இவனும் ஏறிக்கொண்டான். மெரினா பீச்சில் இருவரும் இறங்கிக்கொண்டனர். பிரியா அங்குள்ள கடைகளில் விளையாட்டு பொருட்களை வாங்க ஆரம்பித்தாள். பீச்சுக்கு வந்திருக்கும் சிறுவர்கள் பட்டம் விடுவதை வேடிக்கை பார்த்துக் கொண்டு இருந்தனர். சில சிறுவர்கள் லைட் ஸ்டிக்கை பிடித்துக்கொண்டு ஓடினார்கள். அது பார்ப்பதற்கு அழகாக இருந்தது. சிச்சினா தொடர்ந்து விளையாட்டுப் பொருட்களை வாங்கிக்கொண்டு இருந்தாள். அலைகள் உயரே எழும்பி வந்து கொண்டு இருந்தது. கார்த்திக்கு தன்னை கண்டுகொள்ளாததால் கோபம் வந்தது. சிச்சினா அருகே சென்றான். அவள் பார்க்காததுபோல் தொடர்ந்து விளையாட்டுப் பொருட்களை வாங்கிக்கொண்டிருந்தாள். கார்த்தி "இது என்ன சின்னப்புள்ளதனமா இருக்கு." என்றான். ஸ்டைலாக உதடுகளை கடித்துக் கொண்டே சிச்சினா இவனை பார்த்தாள். கார்த்திக்கு அவளின் பார்வை கோபத்தை குறைத்தது அவளையே மேலும் மேலும் பார்த்துக்கொண்டிருந்தான். இவர்களை கடந்து ஒரு காதல் ஜோடி பேசிக் கொண்டு சென்றார்கள். அன்று இருவரும் ஒரே பெட்டியில் பயணப்பட்டார்கள்.

மறுநாள் ரெயில் குரோம்பேட்டையை நோக்கி வந்துகொண்டிருந்தது. வெற்றி தியேட்டரில் ஏதோ ஒரு புது பட போஸ்டர் ஒட்டியிருந்தது. கார்த்தி புதிதாக அணிந்து வந்த சட்டையை பார்த்துக் கொண்டான். கூட்டம் ரெயிலில் அதிகமாக இல்லை. பழவந்தாங்கலில் ரெயில் நின்றது. பிரியா வரவில்லை. இறங்கி ஒன்று இரண்டு பெட்டிகளில் தேடினான். சிச்சினா வரவில்லை. ரெயிலில் இருந்து இறங்கி அங்கு உள்ள இருக்கையில் சோகமாக அமர்ந்தான்

உயரே ஒரு விமானம் அதிக சத்தத்துடன் போனது. நேரம் சென்று கொண்டிருந்தது. ஒரு மணி நேரம் கழித்து சிச்சினா வந்தவள். கார்த்தியை பார்த்து “இது எல்லாம் ஒரு பொழப்பா.? ஸ்டேஷன். ஸ்டேஷனா ஒரு பொண்ணுக்காக காத்திருக்கிறது.” என்றாள். பிரியா தலையில் வைத்திருந்த மல்லியப்பூவின் நெடி அவன் மூக்கு நாசியில் ஏறியது. சிச்சினாவின் அழகான முகத்தையே கார்த்தி அதிசயமாக பார்த்துக்கொண்டிருந்தான். அப்போது “தடக் டடக் தடக் டன் டன் பாம்பம்” என்று சென்ற இராமேஸ்வரம் விரைவு ரெயில் இவன் நினைவை கலைத்தது(—fadeout) எழுந்து அங்கும் இங்குமாக நடந்து கொண்டிருந்தான். “இருபத்தி அஞ்சு ஊசி அஞ்சு ரூபாய்... துணி தைக்கலாம்... பேக் தைக்கலாம்... எம்மிங் பண்ணலாம்... காஜா எடுக்கலாம்” என ஒரு வியாபாரி கூவிக்கொண்டு சென்றான்.

கார்த்தி ஒரு வித பதைபதைப்போடு இருக்கையில் அமர்ந்தான். கோடம்பாக்கம் ஸ்டேசன் முழுக்க சிச்சினா முகமாக தெரிந்தது.! திரும்ப கண்களை மூடினான். அப்போது சென்னை கடற்கரை வரை செல்லும் மின்சார ரெயில் “பாம்பம் ஷ்ஷ்ஷ்” என்ற சத்தத்துடன் நின்றது. ஆட்கள் இறங்கினார்கள், ஏறினார்கள். அப்போது யாரோ இவன் கன்னத்தை வருடுவது போல் இருந்தது. கண்களை திறந்து பார்த்தான். சிச்சினா சிரித்துக் கொண்டே “என்ன மாப்ள.? மூணு நாளா ஆளக் காணோம்னு செத்து சுண்ணாம்பாயிட்டியா. தேவக்கோட்டையில என் அண்ணனுக்கு கல்யாணம். கல்யாண வேலையா அலைஞ்சுக்கிட்டு இருக்கேன். இப்ப கல்யாணத்துக்கு போயிட்டு இருக்கேன். ஒரு அஞ்சி நாள் கழிச்சி வந்துருவேன். மூஞ்சி வீங்கி செத்து போயிறாத. அதுவரைக்கும் இந்தா. என்னோட போட்டோவ பாத்துக்கிட்டு

இரு." என செல்லமாக சிரித்து விட்டு சிச்சினா ரெயிலில் ஏறிக்கொண்டாள்.

ரெயில் "பாம்பம் ம்ம்ம்ம்ம் டடக் தடக் கடக்" என வேகம் பிடித்தது. ஜன்னலுக்கு வெளியே சிச்சினாவின் ரோஸ்கலர் துப்பட்டா பறந்து கொண்டே சென்றது. கார்த்தி கையில் இருக்கும் சிச்சினாவின் போட்டோவை உற்சாகமாக பார்த்துக்கொண்டிருந்தான். போட்டோவில் பிரியா சிரித்துக்கொண்டிருந்தாள். அவள் தலையில் மல்லியப்பூ இருந்தது. அதில் இருந்து வாசம் மெதுவாக வந்து கார்த்தியின் மூக்கு நாசியில் ஏறியது.! அவன் அந்த வாசத்தில் சொக்கிப் போனான்.

நந்தவனத்தில் அவர்கள்

அவள் தன்னையே பார்த்துக் கொண்டிருப்பதை பார்த்தான். இவன் திரும்பி அவளை பார்க்கையில் அவள் இவனை பார்க்காதது போல் வேறு பக்கமாக திரும்பிக் கொள்கிறாள். அவள் கண்களில் பல தடவை காதலை பார்த்திருக்கிறான். இவன் பார்க்கும் போதெல்லாம் அவள் முகம் பிரகாசமாகும்.!

முதல் தடவையாக ஆனந்தன் கார்டனில் தான் அவளை பிரபு சந்தித்தான். பார்த்தவுடனேயே அவளுக்கும் இவனுக்கும், பழக்கம் ஏற்படும் என அவன் ஆழ்மனம் கூறியது. இவனும் ஆழ்மனத்திடம் ஆம் என்று கூறினான். அவள் கண்களை பார்க்கும் போது ஆம் என்று நம்பிக்கை கூறியது. அங்கிருந்து புறப்படும் போது இவன் முகவரியை அவளிடம் கூறிவிட்டு வந்தான்.

பிரபு வீட்டிற்கு வந்தவுடன், அவளைப் பற்றியே நினைத்துக் கொண்டிருந்தான். அவள் தன்னைத் தேடி வருவாள் என்று நம்பினான். அவள் பெயர் என்னவாக இருக்கும் என்று யோசிக்கையில்.? பூவிழி என்று அவன் மனசுக்கு பட்டது. அவன் ஆழ் மனதில் பூவிழியாக இருக்க வேண்டும் என அடிக்கடி சொல்லிக் கொண்டு இருந்தான். பிரபு தூங்கப் போவதற்கு முன்பு கடவுளிடம் வேண்டிக் கொள்வான். பூவிழி என்ற பெயர் எனக்கு மிகவும் பிடித்திருக்கு அவள் பெயர் அதுவாக இருக்க வேண்டும் என்று.? அவனுக்கு அது போலவே நடந்தது.! அவளை சந்தித்த ஒரு வாரத்திற்குள்.!

மழை தூறிக்கொண்டிருந்த ஒரு நாளில், அவன் தோட்டத்தில் செடிகள் எல்லாம் பூரிப்போடு இருந்தது. பிரபு வராண்டாவில் நின்று கொண்டு, மழையையும் செடிகளையும் ரசித்துக் கொண்டிருந்தான்.! அது ரம்மியமாக இருந்தது. தூரத்தில் கேட் திறக்கும் சத்தம் கேட்டது, யார்.? என்று பார்த்தான். அவளே தான்.! அவளே தான் வருகிறாள்.! பிரபுவுக்கு எம்பி வானத்தை தொடவேண்டும் போல் இருந்தது.

அவள் மழைத்தூரலில் அழகாக நனைந்து கொண்டு வருகிறாள். மழைத்துளிகள் அவள் மீது பட்டு சிதறுகிறது.! அவள் முகமெங்கும் மழை நீர் வழிகிறது.

வீட்டிற்குள் ஓடிப்போனவன். டவலை எடுத்து வந்து கொடுத்து தலையை துவட்ட சொன்னான். அதற்கு அவள் இவனை பார்த்துவிட்டு.? "நா மழையில வெளியே போகும் போது குடை பிடிக்கிறதும் இல்ல. அதே மாதிரி மழையில நனைஞ்சா தலை துவட்ரதும் இல்ல"என்றாள்.! அவள் பதில் இவனுக்கு பிடிச்சிருந்தது.

இருவரும் எதிரெதிரே அமர்ந்திருந்தனர். அவள் சுத்தமாக நனைந்து போயிருந்தாள். மெதுவாக கீழே அவள் பாதத்தை பார்த்தான். அது மழையில் நனைந்து ஊறிப் போயிருந்தது. அவள் முகத்தை பார்த்தான். வட்டமாக அழகாக இருந்தது. அவள் உதடுகளை பார்த்தான். ஆரஞ்சு பழச் சுளைகளை போல் அழகாக இருந்தது.! அவளும் இவனை பார்த்துக் கொண்டு தான் இருந்தாள். இருவரும் மேற்கொண்டு எதுவும் பேசிக்கொள்ளவில்லை.

வெளியே மழை தூறிக்கொண்டு தான் இருந்தது. மெல்ல எந்திருச்சவள் தோட்டத்தை சுற்றி பார்த்தாள். பிரபுவும் பின்னாலேயே சென்றான். அவள் ஒவ்வொரு செடியையும் ரசித்து ரசித்து பார்த்தாள்.! மழை மெதுவாக விட்டது. "நான் கிளம்புகிறேன்." என்று பிரபுவிடம் சொல்லி விட்டு நாலு எட்டு எடுத்து வைத்தாள். "ஹலோ உங்க பேரென்ன." என்றான். "பூவிழி"என்று சொல்லிவிட்டு அவள் நடந்து அழகாக போய்க் கொண்டு இருந்தாள்.! அன்று இரவு நட்சத்திரங்களை பார்த்துக் கொண்டு மொட்டை மாடியில் நின்று கொண்டிருந்தான். கொஞ்ச நேரம் அமைதியாக இருந்தவன் "பூவிழி. பூவிழி"என கத்த ஆரம்பித்தான். அந்த கத்தல் விண்ணில் பலமாக கேட்டது.! நட்சத்திரங்கள் எல்லாம் கண்களை அகல விரித்து பார்த்தது, நிலா பொறாமையோடு பார்த்தது. "நான் இங்கு அழகாக இருக்கும் போது யார் பெயரையோ சொல்லிக் கொண்டு இருக்கிறானே." என்று.

அன்றைய இரவு பிரபு உற்சாகமாக இருந்தான். கடவுளுக்கு நன்றி சொன்னான். தான் நினைத்ததை நடத்தி வைத்ததற்கு.

பிறகு கடவுளை நோக்கி "பூவிழி. பூவிழி." என கத்த ஆரம்பித்தான். தூரத்தில் அந்த இருட்டில் அவன் கண்களுக்கு பூவிழி துப்பட்டாவை உயர்த்தி பிடித்தபடி பறந்து செல்வதாக தெரிந்தது.

காலையில் செடிகளுக்கு தண்ணீர் ஊற்றிக் கொண்டிருந்தான். செடிகள் தண்ணீரை சந்தோஷமாக ஏற்றுக் கொண்டு இருந்தது. தனக்கு பிடித்த தொட்டால் சுருங்கி செடிக்கும் தண்ணீர் ஊற்றினான். அது பூரிப்போடு ஏற்றுக்கொண்டது, பிரபு தொட்டால் சுருங்கி செடியையே பார்த்துக் கொண்டிருந்தான்.

பிரபு செடி வளர்க்கவே தொட்டால் சுருங்கி செடி தான் காரணம். அறிவுள்ள தாவரங்கள் என்ற ஆங்கில நூலை படிக்கும் போது தான் தொட்டால் சுருங்கி செடியை பற்றி தெரிந்து கொண்டான். புதிதாக தொட்டால் சுருங்கி செடியை தொட்டால், இலைகள் மூடிக் கொள்ளும் அதுவே வீட்டில் தொட்டால் சுருங்கி செடியை அன்புடன் தொட்டு தடவிக்கொடுத்து வளர்த்து வந்தால். அது நம் அன்பை ஏற்றுக் கொண்டு, நாம் தொடும்போது அது இலைகளை மூடிக் கொள்வதில்லை. இதை அவன் தொட்டால் சுருங்கி செடி வளர்த்த சில நாட்களிலேயே அனுபவித்தான். அதன் காரணமாகத்தான், பாலைவனமாக கிடந்த அவன் தோட்டத்தை நந்தவனமாக்கினான்.!

அன்று காலையில் எட்டு மணிவரை பனி குறைந்த பாடில்லை. பிரபு பைக்கில் செடிகளுக்கு உரம் வாங்க, உரக் கடைக்கு போய்க்கொண்டு இருந்தான். தூரத்தில் ஈஸ்வரி நகர் பஸ்டாப்பில் பூவிழி நின்று கொண்டிருந்தாள். கலக்கலான சுடிதார். தலையில் மல்லியப்பூ, பார்த்த உடனேயே உன்னைய பிடிச்சிருக்குன்னு பிரபுவுக்கு சொல்லணும் போல் தோன்றியது. அவ்வளவு அழகாக இருந்தாள்.! ஒரு நிமிஷம் பூவிழி முகத்தை அப்படியே பார்த்துக் கொண்டு நின்றான். "ஹலோ என்ன ஏ.? முகத்தையே பாக்குறீங்க." என்றவளுக்கு சிரிப்பு வந்து விட்டது. அவளை அவன் சைட் அடித்தது அவளுக்கு பிடிச்சு தான் இருந்தது. "இல்ல உங்கள பாக்கதான் வந்தேன் சன்டே உங்களுக்காக வீட்ல வெயிட் பண்ணுவேன். நீங்க வரணும்." என்று சொல்லிவிட்டு வெட்கப்பட்டு கொண்டு. பைக்கை ஸ்டார்ட் பண்ணிக் கொண்டு போய்க்கொண்டிருந்தான். பூவிழி சிரித்துக் கொண்டு அவனையே பார்த்துக் கொண்டு இருந்தாள்.

பூவிழி தினமும் ஈஸ்வரி நகர் பஸ்டாப்பில் இருந்து தான் காலேஜுக்கு போய் வருகிறாள் என்று தெரிந்து கொண்டு, அவளுக்கு தெரியாமல். அவளை தினமும் சைட் அடிக்க ஈஸ்வரி நகர் பஸ்டாப் எதிரில் உள்ள டீ கடைக்கு வந்து விடுவான். அங்கிருந்து டீ சாப்பிட்டுக் கொண்டே அவளை பார்த்துக் கொண்டிருப்பான். இதெல்லாம் பூவிழிக்கு தெரியாது என்று நினைத்துக் கொண்டிருந்தான். ஆனால் அவள் இதையெல்லாம் ஓரக்கண்ணால் பார்த்துக் கொண்டு தான் இருந்தாள்.

தினமும் அவளை பார்ப்பதும். தொட்டால் சுருங்கி செடியிடம் வந்து புலம்புவதுமாக இருந்தான். “இன்னும் மூனு நாள் தான் இருக்கு சண்டே வர. அவ வர. அதுக்குள்ள ஏ லவ்வ அவகிட்ட நா சொல்லணும்.” பிரபு அழுது புலம்பினான். தொட்டால் சுருங்கி அவன் உணர்வுகளை புரிந்து கொண்டது.

அன்று வெள்ளிக்கிழமை. டீ கடையில் அவளை பார்பதற்காக அமர்ந்திருந்தான். அவள் வரவில்லை. அவள் வராத தவிப்பில் அடுத்தடுத்து மூன்று டீக்களை குடித்தான். அவள் இன்னும் வரவில்லை. மணியைப் பார்த்தான். எட்டு இருபதை நெருங்கிக்கொண்டிருந்தது. அவன் ஒரு இடத்தில் உக்கார முடியாமல் தவித்தான். மினிபஸ் வந்து நின்றது. “ஸ்டாப். ஸ்டாப்.” என்று தூரத்தில் பூவிழி கைகளை உயர்த்திக் கொண்டு வந்தாள். பஸ் நின்றது. பூவிழி ஏறிய பின்பு மினிபஸ் புறப்பட்டு சென்றது.

இது எல்லாம் கண் இமைக்கும் நேரத்தில் நடந்தது. பிரபு நொந்து போனான், இன்னைக்கு அவளை சரியாகப் பார்க்கவில்லை அவன்.

அப்புடியே வீட்டிற்கு போய் தொட்டால் சுருங்கி முன் பரிதாபமாக உட்கார்ந்துவிட்டான். தொட்டால் சுருங்கி கவலையோடு பார்த்ததும். அடுத்ததாக ரோஜா செடிமுன்பு போய் நின்றான். இவ்வளவு நேரம் ஆனந்தமாக இருந்த ரோஜா செடியும் பூவும் இவனை பார்த்து துக்கப்பட்டது. அந்த தோட்டத்தில் உள்ள எல்லா செடிகளும் பிரபுவைப் பார்த்து துக்கப்பட்டது. அந்த தோட்டமே களை இழந்து காணப்பட்டது.

அன்று மாலை பூவிழியைப் பார்ப்பதற்காக ஈஸ்வரி நகர் பஸ் ஸ்டாப்பிற்கு போனான். ஒரு, ஒரு பஸ்ஸாக பார்த்துக்

கொண்டிருந்தான். ஒரு பஸ்ஸிலும் பூவிழி வரவில்லை, அவளை எதிர் பார்த்துக் கொண்டே நின்று கொண்டிருந்தான். பஸ் நிற்பதும் பின்பு வேகமாக போவதுமாக இருந்தது, பூவிழி இன்னும் வரவில்லை. அதற்கு பிறகு அங்கிருந்து வந்து விட்டான்.

இரவு அவனுக்கு உறக்கம் வரவில்லை. எழுந்து மொட்டை மாடிக்கு வந்தான். அங்கிருந்து தோட்டத்தை பார்த்தான். நிலா வெளிச்சத்தில் செடிகள் மின்னிக்கொண்டு இருந்தது. பிரபு நிலாவையும், நட்சத்திரங்களையும் பார்த்தான். நிலா அவனை ஏளனமாகப் பார்த்தது. "அன்னைக்கு என்னமோ பூவிழி. பூவிழி என உற்சாகமாக கத்தினாய். இன்னைக்கு என்னமோ முகத்தை தொங்க போட்டுக் கொண்டு நிற்கிறாய். என்னைக்குமே நம்பர் ஒண்ணு ஃபிகர் நான் தான்" என்பது போல நிலா அவனை பார்த்தது.

திரும்பினான். காற்று அப்போது லேசாக அடித்தது. மறுபடியும் நட்சத்திரங்களை ஒவ்வொன்றாக பார்த்தான், நட்சத்திரங்கள் நம்பிக்கையாய் பிரபுவை பார்த்தன. பிரபுவுக்கு லேசாக நம்பிக்கை வந்தது. இயற்கை ஒரு போதும் தன்னை ஏமாற்றாது என்று, பிரபு நிலா மீது கோபப்பட்டுக் கொண்டான். "உலகத்துல நீதான் அழகுன்னு கவிஞர்களும் கலைஞர்களும் வர்ணிக்கிறாங்க. ஆனா உன்னைய விட ஏ. பூவிழி தான் அழகு.! அதான் நீ பொறாமப்படுற." நிலாவுக்கு முகம் சின்னதாக போனது.

அன்று சனிக்கிழமை காலையில் இருந்து பிரபு பிரம்மை பிடித்தவன் போல் சாய்வு நாற்காலியில் உட்கார்ந்திருந்தான். வெளியே செடியில் சிட்டுக் குருவிகள் கீச்சு கீச்சு என கத்திக் கொண்டிருந்தன. அப்போதுதான் அவனுக்கு ஞாபகம் வந்தது. இன்னும் செடிகளுக்குத் தண்ணீர் ஊற்றவில்லை என்று. பதறிப்போய் செடிகளிடம் மன்னிப்பு கேட்டுக் கொண்டு தண்ணீர் ஊற்றினான். செடிகள் இவனை கொஞ்சம் கோபமாக பார்த்தன. "இப்பல்லாம் நீ எங்கள கண்டுக்கிறதே இல்ல." என்பது போல் இருந்தது அந்த பார்வை. நைசாக அங்கிருந்து நழுவி வந்தவன், மறுபடியும் சாய்வு நாற்காலியில் அமர்ந்தான். சிறிது நேரம் கண்களை மூடி இருந்தவன். கண்களை திறந்து வலது பக்கம் பார்த்தான். அவன் அம்மா சுந்தரி நாவலை படித்துக்

கொண்டு அங்கும் இங்குமாக நடந்து கொண்டிருந்தாள். அவன் அம்மா ஒரு நாவல் பைத்தியம். சதா எந்நேரமும் நாவலை படித்துகொண்டிருப்பாள். அவளுக்கு கீ. ரா—நாவல்கள், சிறுகதைகள் என்றால் உயிர். பிரபுவின் அப்பா நாராயணன் ஆபிஸ் முடிந்து கிளப்புக்கு போய் நண்பர்களுடன் குடித்து விட்டு வீடு திரும்ப நெடு நேரம் ஆகும், வீட்டில் மூன்று பேரும் ஒவ்வொரு வழியில் பயணப்பட்டனர்.

பிரபுவுக்கு பொழுது போகவில்லை, பூவிழியைப் பற்றிய நினைப்பில் சாய்வு நாற்காலியை ஆடிக் கொண்டிருந்தான். அது கீச்சு கீச்சு என்ற சத்தத்துடன் ஆடிக்கொண்டிருந்தது.

காற்று மெதுவாக வீசிக்கொண்டிருந்தது, செடியில் உள்ள ரோஜா பூக்கள் ஆடிக்கொண்டிருந்தன. அந்தத் தோட்டமே காற்றில் பரவசமாக இருந்தது. பூவிழி கொடியில் துணிகளை காயப்போட்டு கொண்டிருந்தாள். அந்த துணிகள் பல நிறங்களாக இருந்தது, அவள் நாளைக்கு பிரபுவை பார்க்க போட்டுக் கொண்டு போகும் பல வண்ணங்கள் நிறைந்த அழகான சுடிதாரையே பார்த்துக் கொண்டு இருந்தாள். அவள் முகம் பிரகாசமாக இருந்தது.

ஞாயிற்றுகிழமை காலை. பிரபு ஒரு இடத்தில் இருக்க முடியாமல் அங்கும் இங்குமாக அலைந்து கொண்டிருந்தான். செடிகள் எல்லாம் தோட்டத்தில் மலர்ச்சியாக இருந்தது.! எப்படியும் தனக்கு சாதகமான விஷயம் தான் நடக்கும் என்று அவனுக்கு தெரிந்திருந்தது. இருந்தாலும் அதற்கு இடைப்பட்ட நேரம் அவனை கொலை செய்து கொண்டிருந்தது. பார்த்தான் பூவிழி இன்னும் வரவில்லை.

மணிபத்தை நெருங்கிக்கொண்டிருந்தது. கேட் திறக்கும் சத்தம் கேட்கிறது. யாரென்று பார்க்கிறான். பூவிழி பூக்களுக்கு மத்தியில் பூக்களை விட அழகாக வருகிறாள்.! தோட்டத்தில் உள்ள பூக்கள் எல்லாம் அசந்து போய் பார்க்கின்றன.

பிரபு அவளை பிரம்மிப்பாய் பார்த்தான்.! தூரத்தில் அவள் நடந்து வந்து கொண்டிருந்தாள். உலகத்தில் அழகானவள் பூவிழி என்று தான் நினைத்திருந்தான்.! அப்படியே ஓடிப்போய் அவள் காலில் விழுந்து “என்னை ஏற்றுக்கொள்.” என்று அழ வேண்டும்

போல் இருந்தது அவனுக்கு பூவிழி ஒரு, ஒரு செடியாக பார்த்துக் கொண்டு வந்தாள். இருந்தாலும் பிரபுவுக்கு தன்மானம் தடுத்தது. பூவிழி அருகே வருகிறாள்.

“ஹாய் பிரபு” என்றவள் “எனக்காக ரெம்ப நேரம் வெயிட் பண்றீங்களா” என்றாள். “இல்ல இல்ல இப்பதான் வெளியே வந்தேன்”என்றான். “அப்புறம் என்ன விஷயமா வர சொன்னீங்க.” “எதுவுமே தெரியாத மாதிரி நடிக்கிறா பாரு”என மனசுக்குள் கோபப்பட்டுக் கொண்டான். “இல்ல சும்மா தான். உங்கள பாக்கலாம்னு”என்று இழுத்தான். அவள் அவன் கண்களை பார்த்தாள். அது லேசாக கலங்கியது மேற்கொண்டு பூவிழி எதுவும் பேசாமல் முன்னே நடந்தாள். அவளுக்கு பாவமாக இருந்தது. பிரபு நின்ற இடத்திலே நின்று கொண்டிருந்தான்.

தோட்டத்தை சுற்றி பறவைகள் கத்திக் கொண்டிருந்தன. பூவிழி மேலும் நடந்து கொண்டிருந்தாள். தூரத்தில் இருந்து பார்க்கும் போது அவள் சுடிதார் அழகாக இருந்தது. பிரபுவுக்கு என்ன செய்வதென்று தெரியவில்லை, அவளிடம் எப்படி போய் லவ்வை சொல்வதென்று தெரியவில்லை.? பிரபு ஒரு, ஒரு செடியாக பார்த்துக் கொண்டு வந்தான், எல்லா செடிகளும் சந்தோஷமாக இருந்தது, நேராக பூவிழி இருக்கும் வலதுபுறம் நின்று கொண்டு எதையோ யோசிப்பதை போல் இருந்தான். பூவிழி அவனையே பார்த்துக் கொண்டிருந்தாள். அவனுக்கு நன்றாக தெரிந்தது. பிரபு பார்க்காதது போல் இருந்தான்.

பூவிழி நேராக தொட்டால் சுருங்கி செடியிடம் சென்றாள், அது இவளை பார்த்து ஒன்றும் பயப்படவில்லை, மாறாக சந்தோஷமாக இருந்தது. பிரபுவுக்கு ஆச்சரியம்.! “இன்னைக்கு என்ன.? யாராவது புதிதாக வந்தால் பறவைகள் கத்தும். செடிகள் எல்லாம் மிரட்ச்சியோடு பார்க்கும். இன்னைக்கு அது போல் நடக்கவில்லையே.! முதல் தடவையாக அன்றைக்குப் பூவிழி வரும் போது இப்படித்தான் நிகழ்ந்தது”அவனுக்கு எல்லாம் புரிந்து விட்டது. தாவரவியல் அறிஞர் ஒரு நாள் சொன்னது பிரபுவுக்கு ஞாபகம் வந்தது. “மனித மனங்களை தாவரங்கள் அறியும் என்று” “பூவிழி தன்னை காதலிப்பதை தாவரங்கள் அறிந்து கொண்டு விட்டன” என பிரபு தெரிந்து கொண்டான்.

அந்த தோட்டமே நந்தவனமாக மாறிப்போய் இருந்தது, காற்று அந்த தோட்டத்தை சுற்றியே பரவலாக வீசியது, பிரபு அதிசயத்து போனான், பூவிழி தொட்டால் சுருங்கியை தொடுகிறாள். அது இலைகளை மூடிக்கொள்ளவில்லை. மாறாக அது மலர்ச்சியாக இருக்கிறது.! பூவிழி அருகே சென்றவன், அவள் கையை பிடித்தான், அவள் கைகளை உதறிக் கொண்டு சிரித்துக் கொண்டே பூக்கள் இருக்கும் பகுதிக்கு ஓடினாள்.

பூவிழி பூக்களுக்கு மத்தியில் அழகாக இருந்தாள். பிரபு பூவிழி அருகே சென்றான், இதை பார்த்த பூக்கள் வெட்கப்பட்டுக் கொண்டு முகத்தை திரும்பிக் கொண்டன.! இப்போது பிரபு, பூவிழியின் உதடுகளில் முத்தங்களைப் பதித்துக் கொண்டு இருந்தான். அதை ஒரு ரோஜா கூட்டம் மிரட்சியோடு பார்த்துக் கொண்டு இருந்தது. தொட்டாசிணுங்கி வெட்கத்தில் சிணுங்கிக்கொண்டு இருந்தது.

மழை நேரத்தில் ஒரு தேவதையைப் பிடித்தேன்

சென்னை ஆற்காட் ரோட்டில், எம்பத்தி எட்டாம் நம்பர் மாநகர பேருந்து போய்க் கொண்டிருந்தது. வெளியே மழை பெய்ந்து கொண்டிருந்தது. அது ஒரு அழகான மழை.! அந்த மழையில் வாகன ஓட்டிகள் ஆனந்தமாக வாகனங்களை ஓட்டிக்கொண்டு போனார்கள். அந்த மழை எல்லோருக்கும் பிடித்திருந்தது.! சுந்தருக்கும் தான். சுந்தர் பஸ்ஸில் அமர்ந்து கொண்டு, மழையில் நனைந்து கொண்டு போகும் கல்லூரி மாணவிகளையே பார்த்துக் கொண்டு வந்தான். அவன் பார்வை அழகான மாணவிகள் மீதே அதிகம் படர்ந்தது.

பஸ் சீரான வேகத்தில் அழகாகப் போய்க் கொண்டிருந்தது. சுந்தர் இடது புறம் பார்த்தான். அழகான ஃபிகர் ஒருத்தி அசத்தலாக அமர்ந்து கொண்டு செல் போனில் பாப் சாங் கேட்டுக் கொண்டு வந்தாள். அவளையே பார்த்துக் கொண்டு வந்தான் சுந்தர். அவள் கண்கள் மூடிக்கொண்டு இருந்தாள். அவள் தலை மயிர்கள் காற்றில் ஆடிக் கொண்டு வந்தது, அவள் முகத்தில் மழைத்துளிகள் ரம்யமாய் படர்ந்திருந்தது. சுந்தர் மீண்டும் அவளை பார்த்தான். அவள் கண்களை திறக்கவில்லை, அவள் சாங்கிலே லயித்து போயிருந்தாள்.

சுந்தர் பின்புறம் திரும்பினான். ஊதாகலர் துப்பட்டா, வெள்ளை கலரில் பூப் போட்ட சுடிதார் அணிந்து கொண்டு கல்லூரி மாணவி மழையையே ரசித்துக் கொண்டு வந்தாள். அவளும் அழகி வட்டத்தில் சேரக் கூடியவள் தான். அவளை தேவதை தென்றலே, வானவில்லே என்று வர்ணிக்கலாம்.! சுந்தர் அவளையே பார்த்துக் கொண்டிருந்தான். நெற்றியில் ஸ்டிக்கர் பொட்டு, சிவந்த உதடுகளுக்கு சிவப்புநிற லிப்ஸ்டிக் பூசியிருந்தாள். அழகான உப்பிய கன்னங்கள், வனப்பான உடம்பு, நீண்ட கூந்தல். சுந்தர் அவளையே பார்த்துக் கொண்டிருந்தான். வேறெங்கும் அவனுக்குப் பார்க்க பிடிக்கவில்லை. மழையை ரசித்துக்

கொண்டிருந்தவள், திரும்பி பார்த்தாள். சுந்தரின் உக்கிரமான பார்வை அவள் மீது படர்ந்திருப்பதை உணர்ந்தவள். சுடிதாரை சரிப்படுத்திக் கொண்டாள். மீண்டும் சுந்தரைப் பார்த்தாள். அவன் பார்வை இன்னும்உக்கிரமாக அவளைப் பார்த்தது. இப்போது அவள் வேறு பக்கமாக திரும்பி நின்று கொண்டாள். சுந்தரின் கண்கள் மெல்ல இருட்ட தொடங்கியது. பஸ் ஆழ்வார் திருநகர் நிறுத்தத்தில் நின்றது. இரண்டு படிக்கட்டுகளிலும் ஆட்கள் ஏறிக்கொண்டிருந்தனர். பஸ் மெதுவாக வேகம் பிடித்தது. பஸ்ஸில் கூட்டம் அதிகமாக இருந்தது. பயணிகள் ஒருவரை ஒருவர் இடித்துக்கொண்டு நின்றனர். நிற்பதற்கு கூட இடமில்லை இருக்கையில் அமர்ந்திருந்த சுந்தர் எழுந்து கொண்டு அருகே நின்றிருந்த வயசானவருக்கு இடமளித்தான். அவர் அமர்ந்து கொண்டு “நீ போற காரியம் நல்லபடியா நடக்கும்”என்றார்.

சுந்தருக்கு அங்கு நிற்க முடியவில்லை, ஒரே வியர்வை நாற்றம் மெதுவாக கூட்டத்தினரை விலக்கி கொண்டு முன்னோக்கி நகர்ந்தான். நிற்பதற்கு ஒரு இடம் வசதியாக இருந்தது, கம்பியை பிடித்துக்கொண்டு நின்று கொண்டான்.

பஸ் விருகம்பாக்கத்தில் நின்றது. பயணிகள் பஸ்ஸில் ஏறிக்கொண்டனர். பஸ் மெதுவாக வேகம் பிடித்தது. பஸ்ஸில் இன்னும் கூட்டம் அதிகமாக இருந்தது. வெளியே மழை அழகாக பெய்ந்து கொண்டிருந்தது.! அந்த மழையிலும் பஸ்ஸில் பயணிப்போருக்கு வியர்த்தது.! கூட்டம் என்பதால், ஆனால் சுந்தருக்கு வியர்க்கவில்லை அவன் ஆனந்தமாக இருந்தான்.? அவன் அருகில் ஒரு கல்லூரி மாணவி நின்று கொண்டிருந்தாள்.! கூட்ட நெரிசலில் அவ்வப்போது அவளை உரச சந்தர்ப்பம் கிடைத்தது, ஆனால் ஜாக்கிரதையாக கம்பியை பிடித்துக் கொண்டு அவளை உரசுவதை தவிர்த்தான். அந்த அழகியை உரச அவனுக்கு மனசுவரவில்லை. ஆனால் அவ்வப்போது அவளை பார்த்துக் கொண்டே வந்தான்.

வாகனங்களின் சத்தம் மழையில் மிகையாக கேட்டது.! ஆவிச்சி நிறுத்தத்தில் நின்ற பஸ் மெதுவாக சென்றது. சுந்தர் அவளையே பார்த்துக் கொண்டு வந்தான். பஸ் பரணி ஸ்டுடியோ அருகில் போகும் போது டூவீலரில் சென்ற இருவர் நிலை தடுமாறி கீழே

விழுந்தனர். பஸ் டிரைவர் சடன் பிரேக் போட்டு பஸ்ஸை நிறுத்தினார். பயணிகள் அனைவரும் ஒருவர் மீது ஒருவர் விழுந்தனர். சுந்தர் மீது அந்த அழகி சாய்ந்து கொண்டிருந்தாள்.! சுந்தருக்கு அவளைத் தொடலாம் போல் இருந்தது, தொட கையை கொண்டு போனவன் திரும்ப எடுத்து கொண்டான். அவள் பிடரி மயிர்கள் சுருள் சுருளாக அழகாக இருந்தது.! பின்புறம் பிடரிக்கும் சுடிதார் அணிந்திருக்கும் முதுகுக்கும் இடைப்பட்ட பகுதியில் அவள் தேகம் சிவப்பாக அழகாகப் பளிங்கு போன்று இருந்தது. அவள் தேகம் சிவந்த நிறுத்தில் பளபளப்பாக மின்னியது.! சுந்தர் கண்கள் அவள் சிவந்த தேகத்தை உக்கிரமாக பார்த்தது.? அவள் தேகத்தின் மீது சிறு சிறு கருப்பு மயிர்கள் படர்ந்திருந்தது அது அழகாக இருந்தது.! முதுகு புறத்தில் அவள் அணிந்திருந்த சுடிதார் லேசாக தூக்கி இருந்தது. அது வழியே அவள் முதுகை பார்க்க சுந்தருக்கு வசதியாக இருந்தது. அவன் கண்களுக்கு எட்டிய தூரம் வரை கண்டுகளித்தான். அவள் தேகத்தில் இருந்து விவரிக்க முடியாத அவனை உற்சாகம் மூட்டும் வாடை அடித்தது, சுந்தர் அப்படியே சொக்கிப் போயிருந்தான். வாகனங்களின் ஹாரன் சத்தம் கேட்டது. பஸ்ஸில் தடுமாறிய பயணிகள் ஒரு நிலைக்கு வந்தனர். பஸ் டிரைவர் டூவீலர்காரர்களை திட்டி விட்டு பஸ்ஸை மெல்ல நகர்த்தினார். சுந்தரிடம் அகப்பட்ட அந்த இளம் பெண் மெல்ல அவனை விட்டு விலகி நின்று கொண்டாள். சுந்தர் அவளையே பார்த்தான். அவளும் பார்த்தாள்.! சுந்தரின் பார்வை அவள் உடல் முழுவதும் படர்ந்தது. அவள் வெட்கத்தால் திரும்பி நின்று கொண்டாள். அவன் கண்கள் தொடர்ந்து அவள் வனப்பான உடம்பை வேட்டையாடிக் கொண்டிருந்தது.

வடபழனி பேருந்து நிலையத்துக்குள் பஸ் நுழைந்தது. அந்த இளம் பெண் சுந்தரை விட்டு தள்ளி நின்று கொண்டாள். பஸ் ஓரமாக நின்றது. பயணிகள் அனைவரும் இறங்கிக் கொண்டிருந்தனர். மழை தொடர்ந்து அழகாக பெய்து கொண்டிருந்தது. அந்த இளம் பெண்ணும் பஸ்ஸை விட்டு இறங்கினாள். சுந்தரும் அவள் பின்னால் இறங்கினான். அவள் குடையை விரித்து பிடித்துக் கொண்டாள். சுந்தர் மழையில் நனைந்து கொண்டு அவளையே பார்த்தான். அவள் இவனை பார்த்து சிரித்து விட்டு ஆட்டோவில் ஏறிப் புறப்பட்டாள்.

ஆட்டோ போய்க் கொண்டிருந்தது. மேற்கொண்டு சுந்தரால் அவளை பின் தொடர்ந்து செல்ல முடியவில்லை, இருக்கையில் அப்படியே சோகமாக அமர்ந்து விட்டான். மழை தொடர்ந்து பெய்து கொண்டிருந்தது.

மழையோடு காற்றும் சேர்ந்து கொண்டது, பஸ் நிலையத்தில் நிற்கும் பயணிகளுக்கு அது அதிக குளிர்ச்சியை தந்தது, காற்றில் அவர்கள் உடுத்தியிருந்த ஆடைகள் எல்லாம் அழகாக பறந்தது.! அந்த மழையையும் காற்றையும் எல்லோரும் ரசித்தார்கள்.! குறிப்பாக இளம் பெண்கள் ரொம்பவே ரசித்தார்கள். அவர்களுக்கு உற்சாகம் வரும் போதெல்லாம் ரகசியமாக ஆண்களை ரசித்தார்கள்.! சுந்தரின் முகம் மெல்ல பிரகாசமானது.! இப்போது அவனை சுற்றி நிறைய இளம் பெண்கள். அவன் ஒரு பெண்ணையும் விட்டு வைக்கவில்லை. எல்லா பெண்களையும் பார்த்தான். அவன் கண்கள் சுழன்று சுழன்று பார்த்தது. சுந்தர் முகம் இன்னும் அதிக பிரகாசமானது.! சில பெண்கள் அவன் பார்ப்பதை ரசித்தார்கள். எப்போதும் சுந்தர் அழகான இளம் பெண்களுக்கு மத்தியில் இருப்பதையே விரும்புகிறான்.!

மழை தொடர்ந்து பெய்துகொண்டே இருக்கிறது ஒன்றிரண்டு காக்கைகள் கத்திக்கொண்டு அதன் கூட்டுக்கு போய்க்கொண்டு இருக்கின்றன. இப்போது இருட்டிவிட்டது. மழை வேகம் பிடித்து உக்கிரமாக பெய்து கொண்டிருக்கிறது. சுந்தரை சுற்றி நின்ற இளம்பெண்கள் எல்லோரும் போய் விட்டார்கள். அவன் மட்டும் தனியே இருக்கிறான். பேருந்து நிலையத்தில் இரண்டு பஸ்களே நின்றன. சுந்தர் சுற்றி பார்த்தான்.? ஆண்கள் மட்டுமே நின்று கொண்டிருந்தனர். சுந்தர் மெல்ல எழுந்து குடையை பிடித்துக் கொண்டு மழை நீர்களுக்கிடையே நடந்து டீக்கடையில் டீயை பருகிவிட்டு மீண்டும் வந்து பேருந்து நிலையத்தை பார்த்தான்.? ஒரு ஃபிகர் கூட இல்லை.! திரும்பி ரோட்டை பார்த்தான். ஆற்காட் ரோட்டில் ஒரு சில வாகனங்களே போயின.

மழையின் சாரல்கள் அவன்மீது பட்டு தெரித்தது. அதன் மீது விளக்கொளி தெரிந்தது. சுந்தர் ரெம்ப நேரமாக இருக்கையில் அமர்ந்திருந்தான். அவனை சுற்றிலும் மின்சார விளக்கொளியும், வாகனங்களும், மழையும் நீடித்திருந்தது. மணி ஏழு முப்பதை கடந்து

கொண்டிருந்தது. அப்போது ஒரு இளம் பெண் மழையில் நின்றாள். அவள் அங்கு நிறுத்தியிருந்த பஸ்களையே பார்த்துக் கொண்டு நின்றாள். அவள் சுடிதார் சுத்தமாக நனைந்து போயிருந்தது நனைத்த சுடிதாரின் வழியே அவள் அணிந்திருந்த சிவப்பு கலர் பிரா தெரிந்தது.! சுந்தர் அவள் பின்புறத்தையே பார்த்துக் கொண்டு இருந்தான். கால்களில் கொலுசு அணிந்திருந்தாள். குதிகால் வைக்காத அழகான செருப்பு அணிந்திருந்தாள். அவன் கண்கள் மேலே உயர்ந்து வந்தது, அவள் புட்டப்பகுதி தொடையின் பின்புறத்திற்கு ஏற்றாற்போல் கச்சிதமாக இருந்தது.! அவன் கண்கள் இன்னும் மேலே உயர்ந்து வந்தது.? அவள் முதுகு பகுதி அளவாக வனப்பாக இருந்தது.! அந்த பிரபஞ்ச அழகியின் தலை மயிர்கள் கருப்பாக இருந்தது, தொடர்ந்து அந்த அழகி அங்கேயே நின்று கொண்டிருந்தாள். சுந்தர் அவளை முன்புறமாக பார்க்க எதிரே இருந்த இருக்கையில் போய் அமர்ந்து கொண்டான். மழையோடு சேர்ந்து காற்று வேகமாக அடித்தது. அவளுக்கு குளிர் நடுங்கியது. இரு கைகளையும் உடம்போடு சேர்த்து அணைத்துக் கொண்டாள். அவள் புருவங்கள் மழை நீரில் நனைந்து ஒட்டி போயிருந்தது.! அவள் கண்கள் பிரகாசமாகவும் எதையோ தேடுவதாகவும் இருந்தது.? அவள் வலது கை தோளில் ஒரு சின்ன ஹேன் பேக் தொங்கிக்கொண்டிருந்தது. அவள் சிவந்த நிறக்கழுத்தில் பச்சை நிற நரம்புகள் ஒட்டிக்கொண்டிருந்தது. அது இவள் குனியும் போதும் நிமிரும் போது சுருங்கி விரிவடைந்தது. அவள் கைகள் கட்டியிருந்ததன் வழியே அவளது இடது புற மார்பு பகுதி லேசாக சுந்தருக்கு தெரிந்தது. அவள் அதை கூட கவனிக்காமல் குளிரில் நடுங்கி போயிருந்தாள்.! அந்த பெண் துப்பட்டாவை பிழிந்து ஈரத்தை உலர்த்தி மேலே போட்டுக்கொண்டாள்.

மழை விடவில்லை. நேரம் ஆகிக்கொண்டிருந்தது. அவள் அங்கேயே நின்று கொண்டிருந்தாள்.! சுந்தர் மெதுவாக எழுந்திருச்சு அவளிடம் கேட்டான் “நீங்க எங்க போகணும்.? ரெம்ப நேரமா நிக்குறீங்க.?” அவள் நிமிர்ந்து அவனை பார்த்தாள்.? ஒரு சின்ன தயக்கத்தோடு “தாம்பரம் போகணும்.? பஸ்சையே காணோம். ?” “சென்னை முழுக்க மழைங்க. பஸ் அவ்வளவா ஓடல. நீங்க இங்க நிக்கிறது வேஸ்ட். பஸ் வராது.” “ஐயோ அப்புறம் நான் எப்படி போறது.?” என்றாள். சுந்தர் ஒருமுறை அவளை பார்த்துவிட்டு

"100 அடிரோடு போனா வரும்." என்றான். "ஆட்டோவுல போக முடியாதா.?" என்றாள். "ஆட்டோவுல போகமுடியாதுங்க. சென்னை முழுக்க தண்ணீருல மிதக்குது. பஸ்ல மட்டும் தான் போகமுடியும்." என்றான் சுந்தர்.இருவரும் பார்த்துக் கொண்டனர். மழை இப்போது இன்னும் தீவிரமாக பெய்ந்து கொண்டிருந்தது. அவள் குளிரில் மேலும் நடுங்கி போயிருந்தாள். சுந்தருக்கு அவளை பார்க்க பாவமாக இருந்தது. குனிந்து கொண்டிருந்தவள், சுந்தரை நிமிர்ந்து பார்த்தாள். "100 அடி ரோடு எப்படி போறது.?" என்றாள். "உங்களுக்கு 100 அடி ரோடு தெரியாதா. ?" "இன்னைக்கு தான் சென்னைக்கே வந்துருக்கேன். எப்படி தெரியும். ?" "ஒரு ஆட்டோ புடிச்சி தாங்க போயிர்றேன்." என்றாள். சுந்தர் அவள் கண்களை பார்த்தான். இந்த உலகத்தில் உள்ள இரக்கமுள்ள பெண்களில் முதல் பெண்ணாக அவள் தெரிந்தாள். திரும்பி மழை நீர்களுக்கிடையே நடந்து வந்தான்.

மழை வேகமாக பெய்ந்து கொண்டிருந்தது. அவள் தனியே பேருந்து நிலையத்தில் நின்று கொண்டிருந்தாள். சுந்தர் சுற்றும் முற்றும் பார்த்தான். ஒரு ஆட்டோவும் இல்லை. ஆட்டோவுக்காக மழையில் நனைந்து கொண்டு சுந்தர் அங்கேயே நின்றான். அவள் பேருந்து நிலையத்தில் நின்று கொண்டு சுந்தரையே பார்த்தாள்.!

சுந்தர் தொடர்ந்து ஆட்டோ பிடிக்க போராடிக் கொண்டிருந்தான்.? ஒரு ஆட்டோவும் வரவில்லை.! நின்று, நின்று பார்த்த அவள் சுந்தரிடமே வந்து விட்டாள் "ஆட்டோ கிடைக்கலைன்னா பரவாயில்ல.? 100 அடி ரோடு வரைக்கும் என்னைய கொண்டு வந்து விட முடியுமா.?" சுந்தருக்கு மனசுக்குள் கம்பி மத்தாப்பு பூத்தது.

இருவரும் ஆற்காட் ரோடு வழியே "100" அடி ரோடு நோக்கி நடந்தார்கள். சுந்தர் முன்னே நடக்க அவள் பின்னே தொடர்ந்து கொண்டிருந்தாள். அப்போது மின்சாரம் தடைப்பட்டது.! அந்த ரோடு இருளில் மூழ்கியது, எங்கு பார்த்தாலும் இருட்டு. வாகனங்களின் விளக்கொளியைத்தவிர ஜெனரேட்டரில் எரியும் விளக்குகள் மட்டுமே கடைகளிலும், விஜயா மருத்துவமனையிலும் எரிந்தது. அவளுக்கு பயம் தொற்றிக்கொண்டது.! வேகமாக நடந்து சுந்தருக்கு முன்னே போய் கொண்டிருந்தாள். அவளின்

சுடிதாரிலிருந்து மழை நீர் சொட்டிக் கொண்டிருந்தது. அவள் பின்னே நடப்பது சுந்தருக்கு பிடித்திருந்தது.! பின்னே ஒரு தேவதையின் பின்னே நடப்பது யாருக்குத்தான் பிடிக்காது.? இருவரும் "100" அடிரோடு வந்தார்கள்.

"100"அடிரோடு பேருந்து நிறுத்தத்தில் பயணிகள் ஒருசில பேர்களை தவிர யாரும் இல்லை.! அதிலும் ஆண்கள் தான் இருந்தார்கள். அந்த அழகி சுத்தமாக நனைந்து போயிருந்தாள்.! மழை நீர்கள் அவள் ஆடைகளை நனைத்து அவளின் தேகத்தை முத்தமிட்டுக் கொண்டிருந்தது. அவள் குளிரில் நடுங்கினாள், சுந்தர் அவளை கட்டி பிடித்து அவளின் உடம்புக்கு சூடு குடுக்கலாமா.? என கூட நினைத்தான். சுந்தர் குளிரிலிருந்து அவளை விடுவிக்க பேச்சு கொடுத்தான் "உங்க பேரு என்ன ?" "நான் யார்ட்டயும் பேரு சொல்ல மாட்டேன், நீங்க என்கூட இவ்வளவு நேரம் இருந்ததால சொல்றேன் சுபா செல்வராஜா" "அதென்ன செல்வராஜா. ?" "அது எங்க அப்பா பேரு" "அப்ப கல்யாணம் ஆனா என் பேரையும் சேத்து வச்சுக்குவீங்க இல்ல. ?" "இப்ப என்ன சொன்னீங்க. ?" "மழ அதிகமா பேயிதுனு சொன்னேங்க"சுந்தர் மனதிற்குள் நினைத்துக் கொண்டான் "வாய வசமாகுடுத்து மாட்டிக்க பாத்தோம், ரெம்ப சூதானமா இந்த சுபா கிட்ட டீல் பண்ணனும் ஏன்னா.? இவளுக்கு பாம்பு காது" தொடர்ந்து இருவரும் நின்று கொண்டிருந்தனர். நனைந்து நனைந்து சுபாவுக்கு மேலும் குளிரத் தொடங்கியது, அதற்கு மேல் சுந்தருக்கு மனசு கேட்கவில்லை. சுபாவிடம் சொல்லாமல் கொள்ளாமல் நடக்க ஆரம்பித்தான். சுபா பயந்து போய் சுந்தரையே பார்த்தாள். சிறிது நேரத்தில் புது குடையுடன் வந்தான் சுந்தர்.! குடையை விரிக்காமல் அப்படியே அவள் அருகில் நின்றான், அந்த சில நொடிகளில் வானில் இருந்து விரைவாக வந்த ஒரு மழை துளி சுபாவின் கீழ் உதட்டில் மொட்டாக சிறிது நேரம் நின்று பின்பு சிதறி சுந்தரின் மேல் உதட்டில் ஈரப்படுத்தியது.! அந்த சம்பவத்தை இருவருமே உணர்ந்தார்கள்.? இருவரும் சிறிது நேரம் பேசிக்கொள்ளவில்லை.! அந்த மழைத்துளி இருவருக்குள்ளும் நிறைய கேள்விகளை எழுப்பின.? அந்த நேரத்தில் பைக்கில் கட்டியணைத்து கொண்டு வந்த காதல் ஜோடி, பேருந்து நிறுத்தத்தில் ஒதுங்கியது. அந்தக் காதல் ஜோடியின் சீண்டல்கள் இவர்கள் இருவருக்குள்ளும் நெருப்பின் முதல் தீப்பொறியை பற்ற வைத்தது.!

மணி ஒன்பதை கடந்திருந்தது. சுந்தர் சுபாவுக்கு குடையை பிடித்துக்கொண்டு, அவன் மழையில் நனைந்து கொண்டு இருந்தான். மழையில் நனையும் சுந்தரை சுபா ரசித்தாள்.! அப்போது இளம் பெண் ஒருத்தி அவர்கள் அருகில் குடையை பிடித்துக் கொண்டு நின்றாள். அவள் மழையில் நனையும் சுந்தரையே பார்த்துக் கொண்டிருந்தவள் "அய்யோ மழையில நனையிறீங்களே.? இங்க வந்து என் கூட நின்னுக்கங்க" சுபா அவளை பார்த்தாள், பார்ப்பதற்கு இளைஞர்களை கவரக்கூடிய தோற்றத்தில் இருந்தாள். சுபா அவளை ஒரு முறை முறைத்துவிட்டு "போக கூடாது"என்ற தோரணையில் சுந்தரைப் பார்த்தாள். பின்பு "என் கூட வந்து குடையில் நின்னுக்கங்க" என்றாள். ஒரே குடைக்குள் இருவரும் நின்றார்கள் "100"அடி ரோட்டில் மழைநீர் வெள்ளமாக ஓடியது.

நீண்ட நேரத்திற்கு பிறகு ஒரு ஷேர் ஆட்டோ மழைநீரில் நீந்தியபடி அவர்கள் அருகில் வந்து நின்றது. ஆட்டோ டிரைவர் "கிண்டி கிண்டி"என கத்தினான். ஸ்பரிசங்கள் உரசியபடி நின்ற இருவரும் பார்த்துக்கொண்டனர்.? சுந்தருக்கு அவளை விட்டு விலகி நிற்க மனம் இல்லை.! அவள் கண்களையே பார்த்துக் கொண்டிருந்தவன், ஆட்டோ டிரைவரின் சத்தம் கேட்டு "பஸ் வராது போல கிண்டி வரைக்கும் இதுல போயிட்டு அப்புறம் பஸ்ல மாறிப்போயிருங்க"என கவலையுடன் சுந்தர் சொன்னான். "ஏன் நீங்க வந்து ஏத்திவிட்டுட்டு போகமாட்டீங்களா.?" "நான் பஸ்ல ஏத்திவிட்டுட்டு போறேங்க அதைவிட எனக்கு என்ன வேல இருக்கு, உங்க கூட பயணப்படுறத விட இந்த உலகத்துல எனக்கு என்ன சந்தோஷம்.!" சுபா சுந்தர் பேசுவதை ரசித்தாள்.! இருவரும் ஷேர் ஆட்டோவில் அருகருகே அமர்ந்தனர். ஷேர் ஆட்டோ மழை நீர்களுக்கிடையே நீந்தி சென்றது, ஆட்டோ குலுங்கும்போதெல்லாம் இருவரின் உடல்களும் உரசிக்கொண்டன.

சுந்தர் வெளியே பார்த்த போது அந்த தொடர் மழையில் கட்டிடங்களெல்லாம் லைட்டின் வெளிச்சத்தில் மங்கலாக தெரிந்தது. ஆட்டோ உதயம் தியேட்டரை கடந்த போது தியேட்டரின் வெளியே டிஜிட்டல் பேனர்களில் விஜயும் சூர்யாவும் மோதிக்கொள்வதை போன்று இருந்தார்கள், ஆம் ஏழாம் அறிவும் வேலாயுதமும் தீபாவளிக்கு ரிலீஸ் ஆகி இருந்தது. ஆட்டோ

தொடர்ந்து போய்க்கொண்டிருந்தது. அப்போது வேகமாக சென்ற வெளியூர் பேருந்து ஒன்று ஆட்டோ மீது தண்ணீரை வாரி இறைத்து விட்டு சென்றது.! தண்ணீர் தன் மீது படும் பயத்தில் சுபா அப்படியே சுந்தர் மீது சாய்த்தாள். அப்படியும் இருவரையும் மழை நீர் விட்டு வைக்கவில்லை, இருவரையும் நனைத்தது. இருவரும் குளிரில் நடுங்கினார்கள், சுந்தர் சுபாவை கட்டியணைத்து தன் உடம்பை சூடாக்கி கொள்ளலாம் என்று கூட நினைத்தான்.? வேறு எதுவும் விபரீதம் நடந்து விடக்கூடாது என்று அவன் எண்ணங்கள் அடங்கிப்போனது. இருந்தாலும் சுந்தர் சுபாவை விடவில்லை. அவள் கையை பிடித்து உள்ளங்கையில் தன் கையால் தேய்க்க தொடங்கினான், சுபாவுக்கு அது வேறு மாதிரியாக இருந்தது. “வெடுக்கென்று” கையைப் பிடுங்கிக் கொண்டு வேறு பக்கமாக திரும்பிக் கொண்டாள்.

சிறிது நேரத்தில் சுபாவின் கண்கள் அவளையும் அறியாமல் சுந்தரை பார்த்தது.! சுந்தர் கண்களால் சுபாவோடு பேசத் தொடங்கினான், அது இரட்டை அர்த்தமாக பேசியது.? சுபாவின் கண்கள் அதை மறுப்பது போல் ரசித்தது.! சுந்தரின் கண்கள் மெதுவாக சுபாவின் முகத்தை நோக்கி சென்றது.? சுபா கண்களை மூடிக்கொண்டாள். சிறிது நேரம் அப்படியே இருந்தாள். ஒன்றும் நடக்கவில்லை.! கண்களை திறந்தால் சுந்தர் நல்ல பிள்ளைப்போல் மழையை ரசித்துக் கொண்டு வந்தான். சுபா கோபத்தில் செல்லமாக சுந்தருக்கு ஒரு அடி போட்டாள். இதையெல்லாம் ஆட்டோ டிரைவர் சைடு கண்ணாடியில் பார்த்து ரசித்துக் கொண்டே வந்தார்.

ஷேர் ஆட்டோ கிண்டியில் நின்றது. முப்பது ரூபாய் காசை கொடுத்து விட்டு இருவரும் இறங்கினார்கள். சுபா செல்லை எடுத்து 9962280137 என்ற எண்ணுக்கு கால் பண்ணினாள். சுவிட்ச் ஆப் என வந்தது.? “நான் அப்ப கிளம்புறங்க.?” என சுந்தர் கவலையுடன் சொன்னான். “என்னது போறீங்களா.? இப்படி பாதியில கழட்டிவிட்டுட்டு போனா என்ன அர்த்தம்.? இந்தாங்க இந்த அட்ரஸ்ல கொண்டு போய் விடுங்க மத்தத அப்புறம் பாத்துப்போம்”சுந்தர் அட்ரஸ்சை வாங்கி பார்த்தான், மார்க்ஸ் தெரு, திருமுருகன் சாலை, சிட்லபாக்கம், தாம்பரம் என எழுதி இருந்தது. சுந்தர் மனசுக்குள் பட்டாம் பூச்சி பறந்தது.! எப்படியும்

இன்னும் இரண்டு மணி நேரம் அவளோடு இருக்கலாம். தன் காதல் மனுவையும் அவள் கையில் கொடுக்கலாம் என நினைத்துக் கொண்டான். சுந்தர் உற்சாகமானான்.! அவள் உதடுகள் சிரித்தது.

கிண்டியில் இருவரும் பஸ்சுக்காக காத்திருந்தனர். இடை இடையே சுந்தர் சுபாவை பார்வையால் எரித்துக் கொண்டிருந்தான். சுபா அதற்கு அனுமதி தாராளமாக கொடுத்தாள். மழை தன் கை வரிசையை தொடர்ந்து காட்டிக் கொண்டிருந்தது, ரோட்டில் தண்ணீர் ஆறு போல் ஓடிக்கொண்டிருந்தது. ஆட்டோவை எதிர்பார்த்தார்கள். ஒரு சில ஆட்டோக்களும் காயிலில் தண்ணீர்பட்டு ஆங்காங்கே நின்று கொண்டிருந்தது, டிரைவர்கள் ஆட்டோவை இயக்க போராடிக் கொண்டிருந்தனர்.

நீண்ட நேரத்திற்கு பிறகு தாம்பரம் செல்லும் இருமடங்கு கட்டணப் பேருந்து வந்தது, இருவரும் பஸ்ஸில் ஏறினார்கள், சுபா ஒரு இருக்கையில் அமர்ந்தாள், நின்று கொண்டிருந்த சுந்தர் சுபா அமர்ந்திருந்த இருக்கையில் அவனும் அமர்ந்தான், சுபா எதுவும் சொல்லவில்லை.? அதை சாக்காக வைத்துக் கொண்டு அவளை உரசிக் கொண்டு அமர்ந்தான். சுபா அவனை கண்டிப்பதை போல் கண்களில் கோபத்தை வெளிக்காட்டி பார்த்தாள். சுந்தர் அதை கண்டு கொள்ளாமல் மேலும் அவளை உரசிக்கொண்டு அமர்ந்தான்.! அப்போது இருவரின் பார்வையும் எதிரே உள்ள சீட்டின் பின்புறத்தில் இருந்தது அந்த சீட்டின் பின்புறத்தில் "இந்து, பூமிநாதன்"என்று காதலர்களின் பெயர்கள் எழுதப்பட்டு இருந்தது,இருவரின் கண்களும் அதை பார்த்து ரசித்தது.! அவர்கள் இருவரிடமும் நடத்துனர் வந்தார். அவரிடம் சாணிடோரியம் என்று இரு பயணச்சீட்டை சுந்தர் வாங்கிக் கொண்டான். பேருந்து தொடர்ந்து போய்க்கொண்டிருந்தது.

திரிசூலம் வந்தபோது ஒருபக்கம் எலக்ட்ரிக் ட்ரைன் அழகான விளக்கொளியில் "ட்டக் ட்டக் தடக்"என குறைந்த பயணிகளை ஏற்றிக்கொண்டு வேகமாக சென்றது. மறுபுறம் விமான நிலையத்தில் தரையிறங்க சிக்னல் கிடைக்காமல் வானில் வட்டமிட்டுக் கொண்டிருந்தது ஒரு விமானம், இரண்டு காட்சிகளையும் சுபாவும் சுந்தரும் ரசித்தார்கள்.! சுந்தர் சுபாவை இன்னும்

நெருங்கி அமர்ந்தான் "எனக்கு என்னவோ போல் இருக்கு, தள்ளி கொஞ்சம் உட்காந்துக்கங்க. ?" "தள்ளி உட்காந்துக்கவா இந்த 12 செ. மீட்டர் மழையில நனைஞ்சிக்கிட்டு உங்க பின்னாடி சுத்துறேன்" என்று சுபாவின் கைமீது தன் கையை வைத்து வருடினான், சுபா கண்களை மூடிக்கொண்டாள்.? இருவர் மீதும் மழைத்துளிகள் பட்டன.! இருவரும் அப்படியே நீண்ட நேரமாக இருந்தனர்.! பேருந்தில் பயணித்த மற்ற பயணிகள் அவ்வப்போது அவர்களைப் பார்த்துக் கொண்டே வந்தனர்.

பேருந்து பல்லாவரத்தை தாண்டி, குரோம்பேட்டை வெற்றி தியேட்டர் அருகில் சென்று கொண்டிருந்தது, புதிய மேம்பாலத்தின் மேலே லைட்டுகள் மங்கலாக எரிந்து கொண்டிருந்தது, ஒரு லைட் கம்பத்தின் மீது ஒரு காகம் அந்த இடைவிடாது மழையிலும் போக இடம் தெரியாமல், குன்னிக் கொண்டு நின்றது. சுந்தர் சுபாவின் பார்வைகள் எங்கோ பார்த்துக் கொண்டிருந்தாலும் அவர்களின் எண்ணங்கள் எங்கெங்கோ சென்றது. "அட்ரஸ்ல வீட்டு நம்பர் இல்ல, யார் வீட்டுக்கு போறீங்க. ?" எங்க பாண்டி மாமா வீட்டுக்கு" "மாமாவுக்கு பையன் எதுவும் இருக்கானா. ?" "இல்ல" "அப்பாடா நான் தப்பிச்சேன். !" என சுந்தர் சொல்லும் போது, சுபா உதடுகள் நகர்த்தாமல் புன்னகைத்துக் கொண்டாள். பேருந்து தொடர்ந்து போய்க்கொண்டிருந்தது.

மழை தொடர்ந்து பெய்ந்தவாறு இருந்தது, பேருந்து சாணிடோரியம் நிறுத்தத்தில் நின்ற போது இருவரும் இறங்கிக்கொண்டனர் "மாமாட்ட வீட்டு நம்பர் கேட்காம விட்டுட்டேன்" திரும்ப போன் பண்ணினாள், திரும்ப சுவிட்ச் ஆப் என வந்தது. சுபா சுந்தரிடம் "இந்த அட்ரஸ் உங்களுக்கு தெரியுமா. ?" "எனக்கு தெரியும் நான் இந்த பக்கம் வந்துருக்கேன், சரி நீங்க எந்த ஊரு. ?" "காரைக்குடி" "அப்ப நல்லா சமச்சு போடுவீங்க.?" சுபா அவன் பேச்சை ரசித்தாள் "நீங்க என்ன பண்ணுறீங்க" "+2முடிச்சிருக்கேன் அப்பா பைனான்ஸ் கம்பெனி வச்சிருக்காரு அதை பாத்துக்கிட்டு இருக்கேன்" இருவரும் ரெயில்வே கேட்டை தாண்டிய போது, ஒரு ஆட்டோ கூட இல்லை. மணி பதினொன்றை நெருங்கி கொண்டிருந்தது. சுபா திரும்பி போன் பண்ணினாள். சுவிட்ச் ஆப் என மறுபடியும் வந்தது. அலுத்துக் கொண்டாள். இருவரும் தொடர்ந்து நடந்தார்கள்.

சுந்தர் கடவுளிடம் வேண்டிக் கொண்டான் "கடவுளே ஃபிகர் நமக்கு மடங்கிருச்சு.! அவளுக்கு அட்ரஸ் கிடைக்க கூடாது.? இரவு முழுக்க நான் அவளோடு சுத்தணும், இந்த இரவை விடியாத இரவாக்கு.?" மழை தொடர்ந்து பெய்ந்து கொண்டிருந்தது, சுபா குடையிலும், சுந்தர் நனைந்து கொண்டும், பார்வை சீண்டல்களால் விளையாடிக் கொண்டு சென்றார்கள், தெருக்களிலும், ரோடுகளிலும்.

ரகசியம் சொல்கிறான்

*ரா*சுவை வேலைக்கு முதன் முதலில் அங்கு கோனாரிடம், முத்துத் தேவர் தான் சேர்த்து விட்டார். என்ன வேலைக்கு? ஆடு மேய்ப்பதற்கு, அது நடந்து விட்டு நான்கு வருடங்கள் முடிந்து விட்டது.

அங்கு கோனார் ஒரு கோமாணத் துணியை ராசுவுக்கு உடுத்திக்கொள்ள கொடுத்தார். இவ்வளவு நாள் அம்மணமேன்னு திரிஞ்சவனுக்கு, இந்த கோமணத்தை உடுத்திக் கொள்ள பிடிக்கவேயில்லை. சம்பிரதாயத்துக்காகவே கட்டிக் கொண்டிருந்தான், இப்போது ராசுவுக்கு பத்து வயசு.

வழக்கம் போல் ஆடுகளை பத்திக் கொண்டு போனவன் ஊர் எல்லையை தாண்டியவுடன், கோமணத்தை பிடித்து இழுத்து சந்தோஷத்துடன் கழுத்தில் கட்டிக் கொள்கிறான்.! இப்பொழுது நிர்வாணமாக நிற்கிறான், குதித்து குதித்து ஆடுகிறான்.

ஆடு மேய்க்க வந்த மற்ற சிறுவர்கள் இவனை பார்த்து, "டேய் ராசு இன்னைக்கும் அம்மணமேன்னுதான் திரியப் போறியா." என்ற நமட்டு சிரிப்புடன் அத்துவானக் காட்டில் இவனை கடந்து சென்றார்கள், பல சிறுவர், சிறுமிகளும் பொழுது போக்கு ஆடு, மாடுகளை அவர்கள் மேய விட்டு விட்டு, ஊரணியில் குளிப்பதும் ஒன்று கூடி நகைத்து கொண்டிருப்பதும் தான்.

ராசு மீது அக்கறைப்படும் ஒரே ஜீவன் ராணி மட்டும் தான். அவள் பல தடவை சொல்லிவிட்டாள், "இப்படி அம்மணமேன்னு திரியாதே." என்று. இன்று கடும் கோபத்துடன் வருகிறாள். என்ன செய்ய போறாளோ.? பொருத்திருந்து பார்ப்போம்.!

வெயில் சுல்லென்று அடித்துக் கொண்டிருந்தது. வண்டக்காட்டில் நுழைந்த ராணி, ஒவ்வொரு பக்கமாக அவள் பார்வை ராசுவை தேடியது. கையில் வேறு காட்டா மணக்கு கம்பை வைத்திருக்கிறாள். அடித்தால் "சுர்ரென்று"வலிக்கும். இது தெரியாமல் ராசு ஆடுகளோடு விளையாடிக் கொண்டு இருக்கிறான்.!

மெதுவாக சென்றவள் சூத்தா மட்டுல ஒரே போடு போடுவாள், "அய்யோ." என்று அலறி துடித்து திரும்பினான். காளி ரூபத்தில் ராணி நிற்பதை பார்த்துவிட்டு, சூத்தா மட்ட தடவிக் கொண்டே திரும்பி நின்று கொண்டான். ராணி ஆவேசமாக "நானும் கிளிப் புள்ளைக்கு படிச்சி படிச்சி சொன்னது மாதிரி சொல்றேன். கேட்க மாட்டேங்குற"அவளுக்கு கோபத்தில் மூச்சு இரைத்தது. "இனிமே இப்படி திரி பாத்துக்கிறேன்." கம்பை தூக்கி எறிந்து விட்டு "டங் டங்" என்று பத்ரகாளியைப் போல் நடந்து சென்றாள்.

சிறிது நேரம் அந்த அத்துவானக்காடே அமைதியாய் இருந்தது. சிறிது நேரம் சென்றவுடன், மீண்டும் சிரிப்பொலி. சிறுவர், சிறுமிகள் இதை நினைத்து சிரித்துக் கொண்டே இருந்தனர். அன்று முழுவதும். ராசுவுக்கு கொஞ்சம் நேரம் அசிங்கமாக இருந்தது. பிறகு சகஜ நிலைக்கு வந்து. எல்லா வற்றையும் உதுத்து விட்டு அம்மண மேன்னு ஆடி பாட ஆரம்பித்தான். விஷயம் கலையரசி மூலமாக ராணி காதுக்கு போனது. அன்று இரவு கோவத்தில் ராணி தூங்கவே இல்லை.

பொழுது விடிந்தது. அங்கு கோனார், பொண்டாட்டி சொர்ணம் சின்ன சருவச்சட்டியில் பழைய கஞ்சியை ஊத்தி வைத்தாள். கஞ்சியைக் குடித்த ராசு. பாட்டு பாடிக்கொண்டே ஆடுகளை அவுத்து பத்திக் கொண்டு போனான்.

பஞ்சவர்ண வீட்டைக் கடக்கும் போது, "அடேலே. ராசு"என்ற குரல் கேட்டது, திரும்பி பார்த்தான், பஞ்சவர்ணம் ஒரு ரோட்டாவில் காபியுடன் நின்று கொண்டிருந்தாள். அதிலிருந்து ஆவி வெளியேறிக் கொண்டிருந்தது. ரோட்டாவை வாங்கி "மடக். மடக்"என்று குடித்துவிட்டு, பஞ்சவர்ணத்தை பார்த்து அசட்டு சிரிப்பு சிரித்து விட்டு அங்கிருந்து நடந்தான்.

ராசு ஒரு அனாதை. அவனுக்கு யாரும் இல்லை. குடுக்குற வீடுகளில் வாங்கிக் குடித்துக் கொண்டிருந்தான். அவர்கள் சொல்லும் வேலையை செய்து வந்தான். அந்த ஊரில் ராசு மீது அங்கு உள்ளவர்கள் பாசமாகவே இருந்தனர். ஆனால் அக்கறைப் பட யாரும் இல்லை.

ஒரு மாட்டுவண்டியில் நெல் மூட்டைகளை ஏற்றிக்கொண்டு போனார்கள். ராசு ஊர் எல்லையை தாண்டினான். தூரத்தில்

ஆவாரம் செடியில் பூக்கள் மஞ்சள், மஞ்சளாக பூத்து அழகாக இருந்தது. ராசு பாட்டு பாடிக்கொண்டே கோமணத்தை இழுத்து கழுத்தில் கட்டிக்கொண்டான்.

அவன் ஆடுகள் ஆளுக்கொரு பக்கமாக மேய்ந்து கொண்டிருந்தது. ராசு சூரிய ஒளியில் தன் உடல் முழுவதையும் அம்மணமாக காட்டிக் கொண்டிருந்தான். அவன் எவ்வளவு தான் அம்மண மேன்னு திரிஞ்சாலும், பொட்டப்புள்ளைக முன்னாடி அம்மண மேன்னு நிற்க மாட்டான். பொட்டபுள்ளைகளே பாத்தா ஒழிந்து கொள்வான். பொட்டபுள்ளைகதேன் இவனை ஒழிந்து கொண்டு பார்ப்பார்கள். வாங்கறுவாளில் ஓட மர இலைகளை அறுத்து போட்டுக் கொண்டிருந்தான்.

தூரதொலைவில் ராணி மாடுகளைப் பத்திக் கொண்டு வெகுண்டெழுந்து வருகிறாள். பத்தாதுக்கு கலையரசியும், பேச்சியும் ராணி காதில் என்னமோ சொல்கிறார்கள், இந்து நடையை இன்னும் வேகப்படுத்தினாள், புழுதி பறக்கிறது.

நேராக வந்து ராசு முன்னாடி நின்று கொண்டாள் ராணி. அவன் முகத்தை பார்த்து அவள் கண்கள் சிவந்தன. ராசு அப்படியே இருகைகளையும் தொடைகளுக்கு நடுவே வைத்துக் கொண்டு சம்மணம் போட்டு தரையில் உட்கார்ந்து கொண்டான் கூச்சப்பட்டு.

“நானும் உன்னய அடிச்சிப்பாத்துட்டேன்.! வஞ்சும் பாத்துட்டேன். சொன்ன பேச்சக் கேக்கிறியா. இன்னைக்கு முழுக்க இங்கயே நிக்கிறேன். இப்ப திரிய வேண்டியது தானே அம்மணமா.” ராசு முகத்தில் வேர்த்து கொட்டியது. தரையையே அவன் பார்த்துக் கொண்டிருந்தான்.

“இன்னும் எப்படியும் ரெண்டு வருஷத்துல ஆளாயிருவேன். ஆளானதும் உன்னய கட்டிக்கிறலாம்னு பாத்தா நீ இப்படி திரியிற. இதெல்லாம் பாத்தா இனிச்சா கெடக்கு. , !” அங்கு ஆடு, மாடுகள் மேற்கும் சிறுவர், சிறுமிகள் கூட்டம், அவர்களை சூழ்ந்து கொண்டது. வேடிக்கை பார்க்க அந்த கூட்டத்தில் தள்ளு முள்ளு நடந்தது.

ராணி கோவத்தில் மேலும் அர்ச்சனை பாடினாள், "நல்ல ஆளா இருக்கியே. சண்ட சள்ளுக்கு போகாம இருக்கியேன்னு பாத்தா.! களவாணித்தனமா பண்றே." என்று எச்சியை காறித்துப்பினாள் தரையில். அவள் கோவம் இன்னும் குறையவில்லை. அங்கு உள்ள கூட்டம் உற்சாகமாக வேடிக்கை பார்த்தது. இம்புட்டு வஞ்சும், ராசு ஒரு வார்த்தை ராணியை எதிர்த்துப் பேசவில்லை.

நேரமாகி கொண்டிருந்தது. ராணி அந்த எடத்த விட்டு நகரவில்லை, வெயிலின் தாக்கம் அதிகமாக இருந்தது, ராசு வியர்வையால் நனைந்து கொண்டிருந்தான். அவன் தலை குனிந்தே உட்கார்ந்திருந்தான்.!

வேடிக்கை பார்க்கும் கூட்டம் வாயில் கைவைத்து சிரித்துக்கொண்டிருந்தது. "இப்ப உனக்கு சந்தோஷம் தானே. எல்லா சிறுமிகளும் சிரிச்சுகிட்டு பாக்கிறாள்க." ராணி உடைந்து போனாள்.! மேற்கொண்டு அவளாள் அங்கு நிற்க முடியவில்லை மனசு ரணமாக வலித்தது, அங்கிருந்து போய்விட்டாள். வேடிக்கை பார்க்கும் கூட்டமும் சூடு தாழாமல் அங்கிருந்து போனது.

ராசு போய்க்கொண்டிருக்கும் ராணியையே கவலையோடு பார்த்தான். அவன் பொழுது சாயும்வரை அந்த இடத்தைவிட்டு நகரவில்லை. அவன் சூத்தா மட்டும் கால்களும் வெயிலில் வெந்து போயிருந்தது. அவைகள் அவனுக்கு வலியை தந்தது. வானம் இருட்டியது இரவு வந்தது.!

மறு நாள் காலை. அங்கு கோனார் மனைவி சொர்ணம் ஊத்திய கூழை குடித்து விட்டு ஆடுகளை பத்திக் கொண்டு அங்காள ஈஸ்வரி அம்மன் கோயிலை கடந்து போய்க் கொண்டிருந்தான். எதிரே வீட்டில் இருந்து செல்லத்தாயி "தம்பி" என்ற சத்தத்துடன் வெளியே வந்தாள். அவள் கையில் டம்ளர் இருந்தது. அநேகமாக அது வரக்காப்பியாக தான் இருக்கும். அவள் செகப்பு கலர் கட்டம் போட்ட கந்தாங்கி சேலை கட்டி இருந்தாள். ஜாக்கெட் அணிந்திருக்க வில்லை. "இந்தாடா தம்பி. இந்த வரக் காப்பிய குடிச்சிட்டு போ. உண்டன போட்டுபுட்டேன். ஓ. மச்சான்காரவுக குடிக்க மாட்டேனு சிணுக்காட்டம் போடுறாக. இந்த கொடுமைய நா எங்க போயி சொல்லுவேன்." ராசு வரக் காப்பியை பருகி குடித்தான், கொத்தமல்லி சுக்கு போட்டு வரக்காப்பி கமகமனு

வாசனையாக இருந்தது. அருகே இருந்த சிமெண்ட் தொட்டியில் டம்ளரை கழுவி கொடுத்தான் செல்லத்தாயிடம். "இந்த பயல பாரு டம்ளர கழுவி கொடுக்குறான். ஏண்டா நா கழுவிக்கிற மாட்டேனா டா." அவன் பதில் பேசவில்லை, அங்கிருந்து நடக்க தொடங்கினான். தூரத்தில் அவன் ஆடுகள் போய்க் கொண்டு இருந்தது.!

ஊர் எல்லையை கடந்தான், அவன் ஆடுகள், வெள்ளாடுகளும் செம்மறி ஆடுகளும் கலந்து மேய்ந்து கொண்டிருந்தது. இப்போது அவன் கோமணத்தை அவிழ்க்க வில்லை. பாட்டு பாட வில்லை. அமைதியாக ஆடுகளை மேய்த்துக் கொண்டிருந்தான்.

ராசு பொட்டிப் பாம்பாய் அடங்கி போனதை அங்கு ஆடு மேய்க்கும் சிறுவர், சிறுமிகள் வாயடைத்து போய் பார்த்தார்கள்.!

தூரத்தில் ராணி மாடுகளை பத்திக் கொண்டு வருகிறாள்." இன்னைக்கு என்ன செய்ய காத்திருக்கானோ.?" என்ற கவலையுடன் வருகிறாள். அருகே வந்து பார்த்ததும் ஆனந்த படுகிறாள்.! ராசு கோமணம் கட்டிக் கொண்டு அம்சமாக ஆம்பிளையாக இருக்கிறான். வலது கையை கன்னத்தில் வைத்து கண்கள் விரிய ஆச்சர்யமாக பார்க்கிறாள்.!

ராசு வெட்கப்பட்டுக் கொண்டு தலை குனிந்து நிற்கிறான். ராணி அவன் அருகே செல்கிறாள், அவன் கன்னத்தில் கைவைக்கிறாள், அவன் உடம்பெல்லாம் கூசுகிறது.! கண்களை இறுக மூடிக்கொள்கிறான். இப்போது கண்களை திறக்கிறான். ராணி சிரித்துக் கொண்டு இருக்கிறாள். அவள் இடுப்பில் இருந்து ஒரு சருவத்தாளை உருவுகிறாள். அதிலிருந்து பனங் கருப்பட்டியை எடுத்து ராசுவுக்கு கொடுக்கிறாள். அதை வாங்கி அவன் தின்கிறான். அவளும் ஒரு கருப்பட்டியை எடுத்து தின்கிறாள். இருவரும் சிரித்து கொள்கிறார்கள். அன்றைய பொழுது இருவருக்குமே ஆனந்தமாக போகிறது.

மறுநாள் காலை. அத்து வானக்காட்டில் காற்று ஜில்லிப்பாக வீசிக்கொண்டிருந்தது. ராசு வேட்டிக் கட்டிக் கொண்டு ராணிக்காக காத்திருந்தான். அவன் மாற்றம் அங்கு உள்ள சிறுவர், சிறுமிக்கு ஆச்சர்யத்தையும், எரிச்சலையும் தந்தது. அவன் அன்னைக்கு

தான் முதன் முறையாக வேட்டி கட்டுகிறான். எல்லாம் ராணியின் ஈர்பால்தான். ராசு தனக்குள்ளேயே சிரித்துக் கொண்டு இருந்தான்.

தனக்கருகே யாரோ உட்கார்வது போல் இருந்தது. அவனுக்கு.? யாரென்று பார்த்தான். ராணி அமர்ந்திருக்கிறாள் சிரித்துக் கொண்டு, அவள் பச்சைகலர் சட்டை போட்டிருந்தாள். அதன் மீது தங்க ஜரிகை போட்ட நீண்ட கோடுகள் இருந்தது. செவப்புகலர் நாடா வச்ச பாவாடை கட்டிருந்தாள். இருவரும் அருகருகே அமர்ந்திருக்கிறார்கள்.! அவர்களுக்குள்ளேயே சிரித்துக் கொள்கிறார்கள். அவர்களுக்கு அன்றைய பொழுது ஒரு ஒட மரத்தின் நிழலிலேயே போகிறது. நாட்கள் மெல்ல அழகாக மலர்கிறது.

இரண்டு வருடங்களுக்கு பிறகு.

ராசு முன்பைவிட இப்போது வளர்ந்திருந்தான். அவன் கன்னங்களில் செம்பட்டை மயிர் இப்போது கருப்பாக மாறியிருக்கிறது. மீசை வேறு அரும்பியிருக்கிறது. அவன் ராணிக்காக காத்திருக்கிறான். மார்கழி மாதம் என்பதால் பனி அப்போது இறங்குவதை ராசு உணர்ந்தான். குளிர்கால வாடை காற்று வேறு ஜில்லிப்பாக வீசியது. அந்த ஜில்லிப்பு அவனுக்கு ஆனந்தத்தை கொடுத்தன.

ராசு வடக்கத்தி தெருவையே பார்த்துக் கொண்டிருந்தான். மங்கலான விளக்கு வெளிச்சத்தில் ராணி வருகிறாள். அவள் ராசுவை நெருங்கி வருகிறாள், ராசு வைத்த கண் வாங்காமல் ராணியை பார்க்கிறான். அவள் பாவாடை தாவணி புதிதாக கட்டியிருக்கிறாள். தலையில் மல்லிகைப்பூ வைத்திருக்கிறாள். ராணி இப்போது பெரிய பெண்ணாகி விட்டாள். அவள் குரல் பெரிய பெண்களைப் போல் வசீகரமாக இருந்தது. ராணி ராசு அருகே அமர்ந்தாள். இருவரும் ஒருவரை ஒருவர் திரும்பி பார்த்துக்கொண்டனர்.

இருவரும் திரும்பி சிரித்துக் கொண்டே, புதிதாய் பார்ப்பதை போல் திரும்ப பார்த்தார்கள், ராசு, ராணி காதில் சொல்கிறான், “நா குளிக்கும் போது கூட கோமணத்தை அவுக்கிறது இல்ல. அப்புடியே சோப்பு போடுகிறேன்.” என்று அதற்கு அவள் “ச்சீ.”

என்று சூத்தா மட்டையிலே ஒரு அடி போடுகிறாள், அவர்களின் சிரிப்பு சத்தம் வெகு தூரம் கேட்டுக்கொண்டே இருக்கிறது, அதை சில அவர்களின் தோழர் தோழிகள் ஒட்டுக்கேட்டுக்கொண்டு இருக்கிறார்கள்.